# Sự Tin Chắc về Những Điều Mình Hi Vọng

Dr. Jaerock Lee

*"Vả, đức tin là sự biết chắc vững vàng
của những điều mình đương trông mong,
là bằng cớ của những điều mình chẳng xem thấy.
Ấy là nhờ đức tin mà các đấng thuở xưa đã được lời chứng tốt.
Bởi đức tin, chúng ta biết rằng thế gian đã làm nên bởi lời của Đức Chúa Trời,
đến nỗi những vật bày ra đó đều chẳng phải từ vật thấy được mà đến."*
(Hê-bơ-rơ 11:1-3)

**Sự Tin Chắc về Những Điều Mình Hi Vọng:** giả Tiến Sĩ Jaerock Lee
Do Nhà Sách Urim xuất bản (Người đại diện: Sungnam Vin)
73, Yeouidaebang-ro 22-gil, Dongjak-gu, Seoul, Korea
www.urimbooks.com

Tất cả bản quyền đều được đăng ký. Không được sao chép sách nầy dưới bất kỳ hình thức nào khi chưa có sự cho phép của nhà xuất bản.

Trừ khi được đề cập đến, tất cả những phần trích dẫn Kinh Thánh đều được trích từ Kinh Thánh, bản dịch The Holy Bible in Vietnamese Old Version (Re-typeset) ®, Copyright © VNM – 2009-25M VNOV 42 – ISBN 978-1-921445-58-3 bởi United Bible Societies, 1998. Được dùng dưới sự cho phép.

Bản Quyền © 2020 bởi Tiến Sĩ Jaerock Lee
ISBN: 979-11-263-0559-9 03230
Bản Quyền Dịch Thuật © 2014 bởi Tiến Sĩ Esther K. Chung. Được phép sử dụng.

Đã được Urim Books xuất bản bằng tiếng Hàn, năm 1990, tại Seoul, Hàn Quốc

**Xuất Bản lần thứ nhất tháng 2 năm 2020**

Biên tập bởi Tiến sĩ Geumsun Vin
Thiết kế bởi Ban Biên tập Sách Urim Book
Công ty in ấn Prione ấn hành
Để biết thêm thông tin: urimbook@hotmail.com

# Lời nói đầu

Trên hết mọi sự, tôi xin dâng lời tạ ơn và sự vinh hiển lên Đức Chúa Trời là Cha Đấng đã dẫn dắt chúng tôi trong việc xuất bản sách nầy.

Đức Chúa Trời, Đấng Yêu Thương, đã sai Con một của Ngài, Chúa Giê-su Christ, làm của lễ chuộc tội cho loài người, những kẻ phải chịu án chết vì tội của mình bởi sự bất tuân của A-đam, và đã mở đường cứu rỗi cho chúng ta. Bởi tin vào sự thật nầy, hễ ai mở lòng tin nhận Chúa Giê-su Christ làm Cứu Chúa mình thì sẽ được tha tội, nhận lãnh sự ban cho Đức Thánh Linh và nhờ đó mà được công nhận là con cái của Đức Chúa Trời. Hơn nữa, là con cái của Đức Chúa Trời người ấy có quyền nhận lãnh bất kỳ sự gì mình cầu xin bởi đức tin. Kết quả là một đời sống dư dật, chẳng thiếu gì, và sẽ có năng lực đắc thắng thế gian.

Kinh Thánh cho chúng ta biết rằng những tổ phụ đức tin đã tin rằng Đức Chúa Trời bởi quyền phép mà tạo nên muôn vật từ hư vô. Họ đã kinh nghiệm được những công việc lạ lùng của Đức Chúa Trời. Chúa chúng ta là Đấng hôm qua, ngày nay và ngày mai vẫn không hề thay đổi, với quyền phép vô biên Ngài vẫn còn đang làm những công việc giống như vậy cho những người tin và làm theo lời Ngài đã được chép trong Kinh Thánh.

Trong chức vụ của tôi trong thập niên qua, tôi đã từng chứng kiến vô số những thành viên của Manmin là những người đã nhận lãnh được sự đáp lời và giải pháp cho nhiều nan đề khác nhau mà họ đã phải gánh chịu trong cuộc sống mình bằng cách tin và làm theo lời của lẽ thật và họ đã có thể dâng vinh hiển lớn cho Đức Chúa Trời. Khi họ tin vào lời Đức Chúa Trời rằng, *"Nước thiên đàng bị hãm ép, và là kẻ hãm ép đó choán lấy"* (Ma-thi-ơ 11:12), nên họ đã khó nhọc, cầu nguyện và làm theo lời của Đức Chúa Trời để có được đức tin ngày càng lớn hơn, đối với tôi ấy những sự tốt đẹp và quý báu hơn bất kỳ điều gì khác.

Tác phẩm nầy dành cho những ai tha thiết mong muốn có đời sống đắc thắng bởi đức tin đích thực để tôn vinh Đức Chúa Trời, rao truyền tình yêu và chia sẻ phúc âm của Chúa. Trong hai thập niên qua tôi đã giảng rất nhiều sứ điệp với chủ đề "Đức tin" và qua việc lựa chọn từ trong những loạt bài ấy, biên tập lại một cách có trật tự, để cuối cùng sách nầy có thể được ấn hành. Tôi ước mong sao tác phẩm nầy, *Đức Tin: Sự Tin Chắc về Những Điều Mình Hi Vọng* sẽ là ngọn hải đăng hướng dẫn vô số những linh hồn đến với đức tin đích thực.

Gió muốn thổi đâu thì thổi và mắt ta không thể nhìn thấy được. Song, khi chúng ta nhìn thấy những cành lá đu đưa trong gió, chúng ta có thể ý thức được sự thật về gió. Cũng giống như vậy, mặc dù chúng ta không thể nhìn thấy Đức Chúa Trời bằng mắt thường, nhưng Đức Chúa Trời thật sự là Đấng hằng sống và thực hữu. Vậy nên tùy theo đức tin của mình ở Ngài, theo mức độ mà mình khao khát, chúng ta sẽ có thể nhìn thấy Ngài, nghe tiếng Ngài, cảm nhận được sự hiện diện và kinh nghiệm được Ngài.

*Jaerock Lee*

# Mục Lục
Sự Tin Chắc về Những Điều Mình Hi Vọng

Lời nói đầu

*Chương 1*
Đức Tin Thuộc Linh và Đức Tin Đời Nầy   1

*Chương 2*
Chăm về Xác Thịt là Thù Nghịch với Đức Chúa Trời   15

*Chương 3*
Đánh Đổ Mọi Thứ Tư Tưởng và Luận Thuyết   33

*Chương 4*
Gieo Hột Giống Đức Tin  49

*Chương 5*
"'Nếu Thầy Làm Được?' Mọi Sự Đều Được Cả!"  63

*Chương 6*
Đa-ni-ên chỉ Nhờ Cậy Đức Chúa Trời  77

*Chương 7*
Đức Chúa Trời Sắm Sẵn  91

Chương 1

# Đức Tin Thuộc Linh và Đức Tin Đời Nầy

Vả, đức tin là sự biết chắc vững vàng
của những điều mình đương trông mong,
là bằng cớ của những điều mình chẳng xem thấy.
Ấy là nhờ đức tin mà các đấng thuở xưa đã được lời chứng tốt.
Bởi đức tin, chúng ta biết rằng thế gian
đã làm nên bởi lời của Đức Chúa Trời,
đến nỗi những vật bày ra đó đều chẳng phải
từ vật thấy được mà đến.

**Hê-bơ-rơ 11:1-3**

Người mục sư lấy làm vui sướng khi nhìn thấy bầy của mình có được đức tin thật và bởi đó mà dâng vinh hiển lên cho Đức Chúa Trời. Một mặt, khi có một số người trong họ mang lấy sự làm chứng về Đức Chúa Trời hằng sống và chứng thực về đời sống họ trong Đấng Christ, người mục sư có thể vui mừng và trở nên sốt sắng hơn đối với công việc được Đức Chúa Trời giao cho. Mặt khác, khi có những người chẳng tiến tới trong đức tin mình và sa vào thử thách cùng hoạn nạn, thì người mục sư cảm thấy đau đớn và buồn lòng.

Nếu không có đức tin, thì chẳng thể nào ở cho đẹp ý Đức Chúa Trời và chẳng được Ngài nhậm lời cầu nguyện của chúng ta, và cũng rất khó để chúng ta có được hi vọng về nước thiên đàng và đời sống đức tin xứng hợp.

Đức tin là nền tảng quan trọng nhất trong đời sống của một Cơ đốc nhân. Đây là con đường dẫn đến sự cứu rỗi và là điều cơ bản cần thiết trong việc nhận lãnh sự đáp lời của Đức Chúa Trời. Trong thời đại của chúng ta, vì cớ người ta không có được sự định nghĩa đúng về đức tin, nên nhiều người chẳng thể có được đức tin thật. Họ không có được sự đảm bảo cho sự cứu rỗi. Họ chẳng bước đi trong sự sáng và chẳng nhận được sự đáp lời của Đức Chúa Trời mặc dù họ có xưng nhận đức tin của mình nơi Chúa.

Đức tin được chia làm hai loại: Đức tin thuộc linh và đức tin xác thịt. Chương thứ nhất nầy giảng giải cho chúng ta về đức tin thật và làm thế nào để chúng ta có thể nhận được sự đáp lời từ

Đức Chúa Trời và được dẫn dắt trên con đường đến với sự sống đời đời qua đức tin thật.

## 1. Đức Tin Đời Nầy

Khi chúng ta tin những gì được nhìn thấy bởi mắt mình và những điều hợp với sự hiểu biết và ý tưởng của mình, đức tin ấy của chúng ta là loại đức tin được gọi là "đức tin đời nầy." Với đức tin xác thịt nầy, chúng ta chỉ có thể tin vào những thứ được làm ra từ những thứ có thể nhìn thấy được. Ví dụ, chúng ta tin cái bàn được làm bằng gỗ.

Đức tin đời nầy cũng được gọi là "đức tin lý trí." Với đức tin đời nầy, chúng ta chỉ tin vào những gì vào những gì hợp với sự hiểu biết đã được tích lũy trong đầu và trong suy nghĩ mình. Chúng ta có thể tin một cách không nghi ngờ rằng một cái bàn nào đó được làm bằng gỗ vì chúng ta đã thấy và nghe và có sự hiểu biết về điều đó.

Con người có một hệ thống năng lực trí tuệ trong não bộ. Họ tiếp nhận đủ thứ hiểu biết vào đó kể từ lúc mới chào đời. Họ tích lũy vào các tế bào não bộ sự hiểu biết mà họ đã nghe, thấy, và đạt được qua cha mẹ, anh chị, bạn bè, và những người chung quanh, cùng những điều được dạy dỗ ở trường, rồi sử dụng sự hiểu biết đã được tích lũy đó khi cần.

Không phải mọi kiến thức được tích lũy trong não bộ đều là

sự thật. Lời của Đức Chúa Trời là lẽ thật vì nó trường tồn, trong khi đó kiến thức của đời giới nầy là thứ dễ dàng thay đổi và là thứ được trộn lẫn giữa những điều có thật và những điều không có thật. Vì có không có sự hiểu biết trọn vẹn về lẽ thật, nên người đời chẳng nhận biết được những điều giả dối đã bị lạm dụng như thể chúng là sự thật. Ví dụ, người ta tin rằng thuyết tiến hóa là đúng vì ở trường họ chỉ được học về thuyết tiến hóa ấy mà chẳng hề có sự hiểu biết về lời của Đức Chúa Trời.

Những ai đã chỉ được dạy về sự thật rằng sự vật được tạo nên từ những thứ đã có sẵn thì không thể tin vào những thứ được tạo nên từ hư vô.

Nếu một người có đức tin đời nầy bị ép phải tin vào một điều gì đó được tạo nên từ hư vô, thì sự hiểu biết đã được tích lũy và được cho là đúng từ khi mới ra đời sẽ khiến người ấy không thể tin được, rồi những nghi ngờ luôn cặp theo làm cho anh ta không sao tin được.

Trong chương thứ ba của sách phúc âm Giăng, có một quan trưởng người Do-thái tên là Ni-cô-đem tìm đến với Chúa Giê-su để được trao đổi cùng Ngài về những sự thiêng liêng. Trong cuộc trò chuyện Chúa Giê-su đã thách thức người mà rằng, *"Ví bằng ta nói với các ngươi những việc thuộc về đất, các ngươi còn chẳng tin thay; huống chi ta nói những việc thuộc về trời, thì các ngươi tin sao được?"* (c. 12)

Khi bắt đầu cuộc sống Cơ đốc nhân của mình, chúng ta tích

lũy sự hiểu biết lời Đức Chúa Trời khi chúng ta nghe đến. Nhưng ngay từ đầu chúng ta không thể tin một cách trọn vẹn, và đức tin mà chúng ta có được là đức tin đời nầy, những nghi ngờ trở dậy trong chúng ta, khiến chúng ta không thể tin vào lời Đức Chúa Trời, trò chuyện với Ngài và nhận lãnh tình yêu thương của Ngài. Ấy là lý do tại sao đức tin đời nầy cũng còn được gọi là "đức tin không có việc làm," hay "đức tin chết."

Với đức tin đời nầy chúng ta không thể được cứu. Đức Chúa Giê-su có phán trong Ma-thi-ơ 7:21, *"Chẳng phải hễ những kẻ nói cùng ta rằng: Lạy Chúa, lạy Chúa, thì đều được vào nước thiên đàng đâu; nhưng chỉ kẻ làm theo ý muốn của Cha ta ở trên trời mà thôi"* và trong Ma-thi-ơ 3:12, *"Tay Ngài cầm nia mà dê thật sạch sân lúa mình, và Ngài sẽ chứa lúa vào kho, còn rơm rạ thì đốt trong lửa chẳng hề tắt."* Nói tóm lại, nếu chúng ta không thực hành lời của Đức Chúa Trời và đức tin của mình trở nên đức tin không có việc làm, chúng ta không thể vào được nước thiên đàng.

## 2. Đức Tin Thuộc Linh

Khi tin vào những sự không thể nhìn thấy là những thứ không hợp với suy nghĩ và hiểu biết của loài người, chúng ta có thể được coi là đã có đức tin thuộc linh. Với đức tin thuộc linh nầy chúng ta có thể tin rằng sự vật có thể được làm ra từ hư không.

Về đức tin thuộc linh, Hê-bơ-rơ 11:1 định nghĩa như sau: *"Vả, đức tin là sự biết chắc vững vàng của những điều mình đương trông mong, là bằng cớ của những điều mình chẳng xem thấy."* Nói cách khác, khi chúng ta nhìn sự vật với con mắt thuộc linh, thì những gì không thể nhìn thấy bằng mắt thường sẽ trở nên điều có thật đối với chúng ta, sự bắt phục mà nhờ đó chúng ta có thể tin được tỏ ra. Trong đức tin thuộc linh những gì không thể đối với đức tin xác thịt, thứ đức tin được biết đến là "đức tin lý trí," sẽ được làm cho có thể và tỏ ra là điều có thật.

Ví dụ, khi Môi-se nhìn sự việc bằng con mắt thuộc linh, Biển đỏ đã rẽ đôi để dân sự Y-sơ-ra-ên đi qua như thể trên đất khô (Xuất Ê-díp-tô 14:21-22). Còn Giô-suê, người kế vị Môi-se, và dân sự người nhìn vào thành Giê-ri-cô và hành quân chung quanh thành trong 7 ngày rồi hô lớn tiếng vào thành, thành ấy sụp đổ (Giô-suê 6:12-20). Áp-ra-ham, tổ phụ đức tin, đã có thể làm theo mệnh lệnh của Đức Chúa Trời mà dâng con một của mình là Y-sác, là dòng dõi mà Đức Chúa Trời đã hứa, vì ông tin rằng Ngài có thể khiến cho kẻ chết sống lại (Sáng Thế Ký 22:3-12). Đây là điều mà tại sao đức tin thuộc linh được gọi là "đức tin có việc làm cặp theo," và là "đức tin sống."

Hê-bơ-rơ 11:3 chép rằng, *"Bởi đức tin, chúng ta biết rằng thế gian đã làm nên bởi lời của Đức Chúa Trời, đến nỗi những vật bày ra đó đều chẳng phải từ vật thấy được mà đến."* Các từng trời và đất cùng muôn vật trong đó có mặt trời, mặt trăng, các vì sao, cây cối, chim chóc, cá, và các loài thú, đều được tạo nên bởi lời phán của Đức Chúa Trời, còn loài người thì được Ngài tạo dựng nên từ đất. Tất cả đều được tạo nên từ hư không. Chúng ta có thể hiểu và tin vào sự thật nầy chỉ bởi đức tin thuộc linh.

Không phải mọi thứ được nhìn thấy bởi mắt chúng ta, hay những thứ hữu hình là cái có thật, song quyền phép Đức Chúa Trời là thật, mọi vật đều được tạo nên bởi lời của Ngài. Bởi đó chúng ta xưng nhận rằng Đức Chúa Trời là toàn năng và toàn tri, và từ nơi Ngài chúng ta có thể nhận lãnh được mọi thứ khi chúng ta cầu xin bởi đức tin. Ấy là vì Đức Chúa Trời toàn năng là Cha của chúng ta và chúng ta là con cái của Ngài, vì vậy theo như đức tin của chúng ta thì mọi sự sẽ thành như vậy.

Để nhận được sự đáp lời và kinh nghiệm được phép lạ bởi đức tin, chúng ta phải biến đổi đức tin xác thịt của mình ra đức tin thuộc linh. Trước hết, chúng ta phải hiểu rằng sự hiểu biết mà chúng ta đã tích lũy được trong não bộ từ lúc chào đời và đức tin đời nầy được hình thành dựa trên sự hiểu biết làm cản trở chúng ta có được đức tin thuộc linh. Chúng ta phải đánh đổ những tri thức đem lại sự nghi ngờ, và loại bỏ những tri thức đã được tích lũy cách sai lạc trong não bộ chúng ta. Cho đến chừng chúng ta nghe và hiểu lời Đức Chúa Trời, tri thức thuộc linh dần dần được tích lũy trong chúng ta cho đến khi chúng ta chứng kiến được những dấu hiệu và những điều kỳ diệu được bày tỏ bởi quyền phép của Đức Chúa Trời, để rồi chúng ta kinh nghiệm được chứng cớ của Đức Chúa Trời hằng sống được bày tỏ qua lời chứng của nhiều tín đồ, những nghi ngờ được quăng xa và đức tin thuộc linh của chúng ta được tăng trưởng.

Chừng nào đức tin thuộc linh của chúng ta lớn lên, chúng ta có thể làm theo lời Đức Chúa Trời, trò chuyện với Ngài, và nhận được sự đáp lời từ Ngài. Khi những nghi ngờ của chúng ta được loại bỏ hoàn toàn, chúng ta có thể đứng trên vầng đá đức tin để thấy rằng mình có được đức tin vững mạnh, nhờ đó chúng ta có thể sống một đời sống đắc thắng trong mọi gian nan thử thách.

Với vầng đá đức tin nầy, Gia-cơ 1:6 cảnh báo chúng ta rằng, *"Nhưng phải lấy đức tin mà cầu xin, chớ nghi ngờ; vì kẻ hay nghi ngờ giống như sóng biển, bị gió động và đưa đi đây đi đó,"* còn Gia-cơ 2:14 thì chất vấn chúng ta rằng, *"Hỡi anh em, nếu ai nói mình có đức tin, song không có việc làm, thì ích chi chăng? Đức tin đó cứu người ấy được chăng?"*

Thế thì, tôi khuyên giục anh chị em hãy nhớ rằng chỉ khi chúng ta loại bỏ mọi sự nghi ngờ, đứng trên vầng đá đức tin mà bày tỏ việc làm của đức tin ấy, thì chúng ta mới có thể thấy rằng mình có được đức tin thuộc linh là đức tin thật để nhờ đó chúng ta được cứu.

## 3. Đức Tin Thật và Sự Sống Đời Đời

Câu chuyện ngụ ngôn về mười người nữ đồng trinh được chép trong chương 25 của sách Ma-thi-ơ đã cho ta rất nhiều sự dạy dỗ. Chuyện kể rằng có mười người nữ đồng trinh cầm đèn đi đón chàng rể. Năm người trong họ là những kẻ thận trọng và khôn ngoan đã mang theo dầu trong bình cùng với đèn mình và đã đón tiếp chàng rể cách thành công, song vì năm người kia là những kẻ ngu dại chẳng mang theo dầu cho đèn mình, họ đã không thể đón tiếp được chàng rể. Chuyện ngụ ngôn nầy cho chúng ta biết rằng trong những người tin có một số người có đời sống tin kính trung tín và biết chuẩn bị mình cho sự trở lại của Chúa với đức tin thuộc linh là đức tin được cứu, trong khi đó những người khác không chuẩn bị mình cách xứng đáng sẽ không thể được cứu vì đức tin họ là đức tin chết, đức tin không có việc làm.

Qua Ma-thi-ơ 7:22-23, Chúa Giê-su đã thức tỉnh chúng ta dẫu rằng nhiều người trong chúng ta đã nhân danh Ngài mà nói tiên tri, đuổi quỉ, làm phép lạ, nhưng không phải bất kỳ ai trong họ cũng có thể được cứu. Vì có họ đã trở thành 'vỏ trấu' mà không chịu làm theo ý muốn của Đức Chúa Trời mà thay vì làm những sự bất kính và phạm tội.

Làm thế nào để chúng ta có thể phân biệt được 'vỏ trấu' và 'lúa mì'?

*Từ Điển Compact Oxford English* ám chỉ 'vỏ trấu' là 'lớp vỏ của hạt thóc hay những loại hạt khác được phân tách ra bởi sự sàng lọc.' Về mặt thuộc linh, vỏ trấu tượng trưng cho những tín đồ trông có vẻ như sống theo lời Chúa song phạm đến những điều gian ác mà không chịu thay đổi lòng mình theo lẽ thật. Họ đến nhà thờ vào mỗi Chủ nhật, dâng phần mười, cầu nguyện với Chúa, chăm sóc những kẻ yếu đuối, phục vụ hội thánh, song họ làm những sự đó chẳng phải trước mặt Đức Chúa Trời mà là để khoe mình với những người chung quanh. Bởi đó họ bị phân loại ra thành vỏ trấu là thứ không thể được cứu.

Lúa mì là nói đến những tín đồ đã trở nên con người thuộc linh bởi lẽ thật của lời Đức Chúa Trời và có đức tin không bị rúng động trong bất kỳ hoàn cảnh nào và chẳng hề giẹo qua bên tả hay xiên qua bên hữu. Họ làm mọi sự bởi đức tin: Họ kiêng ăn và cầu nguyện với Chúa bởi đức tin, nhờ đó họ có thể nhận được sự đáp lời từ Đức Chúa Trời. Họ không hành động vì áp lực của người khác, song họ làm mọi sự với lòng vui mừng và tạ ơn. Vì họ làm theo tiếng phán của Đức Thánh Linh để làm đẹp ý Đức Chúa Trời và hành động bởi đức tin, linh hồn họ sung mãn, mọi sự đều tốt đẹp với họ nên cũng được vui hưởng sức khỏe tốt.

Vậy, anh chị em hãy tra xét chính mình để biết chúng ta có thờ phượng bằng tâm linh và lẽ thật chăng, hay trong cơn mê ngủ mà làm theo những ý tưởng lười nhác rồi đoán xét lời Đức Chúa Trời trong các buổi thờ phượng. Chúng ta cũng phải nhìn lại để biết rằng mình có dâng hiến cách vui mừng chăng hay chỉ gieo ra cách tằn tiện, miễn cưỡng vì cớ trước mặt người khác. Đức tin thuộc linh chúng ta càng lớn mạnh bao nhiêu, thì những việc làm cặp theo chúng ta càng nhiều bấy nhiêu. Và chúng ta càng làm theo lời Chúa bao nhiêu, thì đức tin sống động sẽ được ban cho chúng ta bấy nhiêu, để rồi chúng ta được ở trong tình yêu và phước hạnh của Đức Chúa Trời, đồng bước đi với Ngài, và thành công trong mọi sự. Tất cả những phước hạnh được chép trong Kinh Thánh sẽ đến trên chúng ta vì Đức Chúa Trời luôn thành tín với lời hứa của Ngài như có chép trong Dân số ký 23:19, *"Đức Chúa Trời chẳng phải là người để nói dối, Cũng chẳng phải là con loài người đặng hối cải. Điều Ngài đã nói, Ngài há sẽ chẳng làm ư? Điều Ngài đã phán, Ngài há sẽ chẳng làm ứng nghiệm sao?"*

Dẫu vậy, nếu chúng ta tham gia các buổi thờ phượng, cầu nguyện thường xuyên, phục vụ hội thánh cách sốt sắng, song chẳng nhận được điều lòng mình ao ước, bấy giờ chúng ta phải hiểu rằng có điều gì đó sai trật về phần mình.

Nếu có đức tin thật, chúng ta phải làm theo và thực hành lời Chúa. Thay vì khăng khăng nắm giữ ý tưởng và sự hiểu biết riêng của mình, chúng ta hãy nhận biết rằng chỉ có lời Đức Chúa Trời mới là lẽ thật và lấy lòng dạn dĩ mà phá đổ những gì nghịch lại với lời Chúa. Chúng ta phải quăng xa mọi thứ gian ác bằng cách chăm chỉ lắng nghe lời Chúa và làm trọn sự nên thánh qua việc cầu nguyện không mệt mỏi.

Thật ra chúng ta không phải được cứu qua việc đơn giản tham gia các buổi thờ phượng ở nhà thờ và qua việc nghe lời Chúa để tích lũy thành tri thức của mình. Trừ phi chúng ta thực hành lời Chúa, thì ấy chỉ là đức tin chết nếu không có việc làm. Chỉ khi chúng ta có được đức tin thật và là đức tin thuộc linh và làm theo ý muốn của Đức Chúa Trời, thì chúng ta mới có thể vào được nước thiên đàng và vui hưởng sự sống đời đời.

Nguyện mỗi chúng ta đều nhận biết rằng Đức Chúa Trời muốn chúng ta có đức tin sống là đức tin có việc làm cặp theo, để vui hưởng sự sống đời đời và đặc ân được làm con cái của Đức Chúa Trời với đức tin thật!

# Chương 2

## Chăm về Xác Thịt là Thù Nghịch với Đức Chúa Trời

"Thật thế, kẻ sống theo xác
thịt thì chăm những sự thuộc về xác thịt;
còn kẻ sống theo Thánh Linh thì chăm những
sự thuộc về Thánh Linh.
Vả, chăm về xác thịt sanh ra sự chết,
còn chăm về Thánh Linh sanh ra sự sống và bình an;
vì sự chăm về xác thịt nghịch với Đức Chúa Trời,
bởi nó không phục dưới luật pháp Đức Chúa Trời,
lại cũng không thể phục được.
Vả, những kẻ sống theo xác thịt,
thì không thể đẹp lòng Đức Chúa Trời."

Rô-ma 8:5-8

Ngày nay có rất nhiều người tham gia vào nhà thờ và có đức tin vào Chúa Giê-su Christ. Ấy là tin vui và đáng mừng đối với chúng ta. Song Chúa chúng ta có phán trong Ma-th-ơ 7:21, *"Chẳng phải hễ những kẻ nói cùng ta rằng: Lạy Chúa, lạy Chúa, thì đều được vào nước thiên đàng đâu; nhưng chỉ kẻ làm theo ý muốn của Cha ta ở trên trời mà thôi."* Rồi Ngài nói thêm trong Ma-thi-ơ 7:22-23, *"Ngày đó, sẽ có nhiều người thưa cùng ta rằng: Lạy Chúa, lạy Chúa, chúng tôi chẳng từng nhân danh Chúa mà nói tiên tri sao? nhân danh Chúa mà trừ quỉ sao? và lại nhân danh Chúa mà làm nhiều phép lạ sao? Khi ấy, ta sẽ phán rõ ràng cùng họ rằng: Hỡi kẻ làm gian ác, ta chẳng biết các ngươi bao giờ, hãy lui ra khỏi ta!"*

Còn Gia-cơ 2:26 cho chúng ta biết rằng, *"Vả, xác chẳng có hồn thì chết, đức tin không có việc làm cũng chết như vậy."* Bởi cớ đó chúng ta phải làm cho đức tin mình được trọn vẹn qua việc làm của sự vâng phục hầu cho chúng ta có thể được công nhận là con cái của Đức Chúa Trời là những kẻ được nhận lãnh mọi thứ mình cầu xin.

Sau khi tin nhận Chúa Giê-su Christ làm Cứu Chúa mình, chúng ta trở nên vui thích và phục vụ trong luật pháp của Đức Chúa Trời. Tuy thế, nếu chúng ta không giữ được các điều răn của Đức Chúa Trời, thì chúng ta hầu việc theo luật của tội lỗi và không thể làm đẹp lòng Ngài. Ấy là vì với ý tưởng xác thịt, chúng ta bị đặt vào vị trí thù nghịch với Đức Chúa Trời và trở nên không thể phục được đối với luật pháp của Đức Chúa Trời.

Nhưng nếu chúng ta loại bỏ những tư tưởng xác thịt, chúng

ta sẽ được dẫn dắt bởi Thánh Linh của Đức Chúa Trời, vâng giữ các điều răn của Ngài và làm đẹp ý Ngài như chính Chúa Giê-su đã làm trọn luật pháp bởi tình yêu thương. Nhờ đó, lời hứa của Đức Chúa Trời, "Mọi sự đều trở nên có thể đối với những kẻ tin," sẽ đến trên chúng ta.

Chúng ta hãy nghiên cứu sâu vào sự khác biệt giữa những ý tưởng thuộc đời nầy và những ý tưởng thiêng liêng. Tại sao những ý tưởng thuộc đời nầy lại thù nghịch với Đức Chúa Trời, và làm thế nào để chúng ta có thể tránh được những ý tưởng thuộc đời nầy để bước đi theo Đức Thánh Linh hầu cho đẹp ý Đức Chúa Trời.

## 1. Con Người Xác Thịt Nghĩ về Những Thèm Khát Đời Nầy, Con Người Thuộc Linh Khao khát Những Sự Thiêng Liêng

1) Xác Thịt và Những Thèm Khát của Xác Thịt.

Trong Kinh Thánh chúng ta tìm thấy những thuật ngữ như 'xác thịt' 'những thứ thuộc về xác thịt,' 'những thèm khát của xác thịt,' và 'những công việc của xác thịt.' Những từ nầy có ý nghĩa giống nhau, và hết thảy chúng đều hư nát và tiêu tan sau khi chúng ta lìa khỏi đời nầy.

Việc làm/ công việc của xác thịt được ghi lại trong Ga-la-ti 5:19-21: *"Vả, các việc làm của xác thịt là rõ ràng lắm: Ấy là* gian dâm, ô uế, luông tuồng, thờ hình tượng, phù phép, thù oán, tranh đấu, ghen ghét, buồn giận, cãi lẫy, bất bình, bè đảng, ganh gỗ, say sưa, mê ăn uống, cùng các sự khác giống như vậy. Tôi nói trước cho anh em, như tôi đã nói rồi: Hễ ai phạm những việc thể ấy thì không được hưởng nước Đức Chúa Trời."*

Trong Rô-ma 13:12-14, sứ đồ Phao-lô cảnh báo chúng ta về sự thèm khát của xác thịt rằng, *"Đêm đã khuya, ngày gần đến; vậy chúng ta hãy lột bỏ những việc tối tăm mà mặc lấy áo giáp sáng láng. Hãy bước đi cách hẳn hoi như giữa ban ngày. Chớ nộp mình vào sự quá độ và say sưa, buông tuồng và bậy bạ, rầy rà và ghen ghét; nhưng hãy mặc lấy Đức Chúa Jêsus Christ, chớ chăm nom về xác thịt mà làm cho phỉ lòng dục nó."*

Chúng ta có tâm trí và những suy nghĩ. Khi chúng ta nuôi dưỡng những thèm khát tội lỗi và những điều giả dối trong tâm trí mình, những thèm khát tội lỗi và những điều giả dối ấy được gọi là "những thèm khát của xác thịt," đến khi những thèm khát tội lỗi nầy được tỏ ra bằng hành động, chúng được gọi là "những việc làm của xác thịt." Những thèm khát và những việc làm của xác thịt đều nghịch với lẽ thật, do vậy không một kẻ nào ham mê thích thú những thứ đó mà được hưởng nước thiên đàng.

Vì vậy Đức Chúa Trời cảnh báo chúng ta trong 1 Cô-rinh-tô 6:9-10, *"Anh em há chẳng biết những kẻ không công bình* chẳng bao giờ hưởng được nước Đức Chúa Trời sao? Chớ tự dối mình: Phàm những kẻ tà dâm, kẻ thờ hình tượng, kẻ ngoại tình, kẻ làm giáng yếu điệu, kẻ đắm nam sắc, kẻ trộm cướp, kẻ hà tiện, kẻ say sưa, kẻ chưởi rủa, kẻ chắt bóp, đều chẳng hưởng được nước Đức Chúa Trời đâu." Và đồng thời trong 1 Cô-rinh-tô 3:16-17, "Anh em há chẳng biết mình là đền thờ của Đức Chúa Trời, và Thánh Linh Đức Chúa Trời ở trong anh em sao? Ví có ai phá hủy đền thờ của Đức Chúa Trời, thì Đức Chúa Trời sẽ phá hủy họ; vì đền thờ của Đức Chúa Trời là thánh, mà chính anh em là đền thờ."

Như đã nói trên, chúng ta phải nhận biết rằng những kẻ bất chính phạm đến những điều tội lỗi và gian ác bằng việc làm thì không thể hưởng được nước Đức Chúa Trời – những kẻ thực hành những công việc của xác thịt đều không thể được cứu. Hãy tỉnh thức hầu cho chúng ta không sa vào sự cám dỗ của những kẻ giảng luận mà rằng chỉ cần đến nhóm tại nhà thờ thì chúng ta có thể được cứu. Trong danh Chúa, tôi cầu khẩn rằng chúng ta hãy tra xem Lời Chúa cách thận trọng hầu cho chúng ta không sa vào cám dỗ.

2) Thánh Linh Khao Khát Những Sự Thiêng Liêng.

Con người bao gồm linh, hồn và thể xác; thân xác chúng ta sẽ hư nát. Thân thể chỉ là nơi trú ngụ của linh và hồn chúng ta. Linh và hồn là những thực thể bất diệt đảm nhận sự vận hành tâm trí và phú sự sống cho chúng ta.

Linh được phân làm hai loại: Linh thuộc Đức Chúa Trời và linh không thuộc Đức Chúa Trời. Vì thế 1 Giăng 4:1 có chép rằng, *"Hỡi kẻ rất yêu dấu, chớ tin cậy mọi thần, nhưng hãy thử cho biết các thần có phải đến bởi Đức Chúa Trời chăng; vì có nhiều tiên tri giả đã hiện ra trong thiên hạ."*

Thánh Linh của Đức Chúa Trời giúp chúng ta xưng nhận rằng Đức Chúa Giê-su Christ đã đến trong thân xác loài người, và khiến chúng ta biết được những sự ban cho rộng rãi từ Đức Chúa Trời trên đời sống chúng ta (1 Giăng 4:2; 1 Cô-rinh-tô 2:12).

Chúa Giê-su phán trong Giăng 3:6, *"Hễ chi sanh bởi xác thịt là xác thịt; hễ chi sanh bởi Thánh Linh là thần."* Nếu tin nhận Chúa Giê-su Christ và nhận lãnh Đức Thánh Linh, Đức Thánh Linh ngự vào lòng chúng ta, thêm sức cho chúng ta hiểu được lời Đức Chúa Trời, giúp chúng ta sống theo lời của lẽ thật, và khiến chúng ta trở nên con người thuộc linh. Khi Đức Thánh Linh ngự vào lòng chúng ta, Ngài làm cho tâm linh đã chết của chúng ta sống lại, nên có lời nói rằng chúng ta được sanh lại bởi Đức Thánh Linh và được nên thánh qua sự cắt bì lòng mình.

Trong Giăng 4:24 Đức Chúa Giê-su phán rằng, *"Đức Chúa Trời là Thần, nên ai thờ lạy Ngài thì phải lấy tâm thần và lẽ thật mà thờ lạy."* Thần linh thuộc về chiều kích thế giới thứ tư, cho nên Đức Chúa Trời là thần không chỉ biết rõ tấm lòng của mỗi chúng ta mà biết mọi sự về chúng ta.

Trong Giăng 6:63, có lời chép rằng, *"Ấy là thần linh làm cho sống, xác thịt chẳng ích chi. Những lời ta phán cùng các ngươi đều là thần linh và sự sống."* Chúa Giê-su cho chúng ta biết rằng Đức Thánh Linh sẽ ban cho chúng ta sự sống và lời của Đức Chúa Trời là thần linh.

Còn Giăng 14:16-17 cho chúng ta biết rằng, *"Ta lại sẽ nài xin Cha, Ngài sẽ ban cho các ngươi một Đấng Yên-ủi khác, để ở với các ngươi đời đời, tức là Thần lẽ thật, mà thế gian không thể nhận lãnh được, vì chẳng thấy và chẳng biết Ngài; nhưng các ngươi biết Ngài, vì Ngài vẫn ở với các ngươi và sẽ ở trong các ngươi."* Nếu nhận lãnh Đức Thánh Linh và trở nên con cái của Đức Chúa Trời, thì Đức Thánh Linh sẽ dẫn dắt chúng ta trong mọi lẽ thật.

Đức Thánh Linh ở trong chúng ta sau khi chúng ta tin nhận Chúa, và sanh ra thần linh trong chúng ta. Ngài khiến chúng ta biết được lẽ thật và giúp nhận biết mọi sự bất chính, để ăn năn và xoay khỏi chúng. Nếu chúng ta hành xử nghịch với lẽ thật, Đức Thánh Linh sẽ than thở, khiến chúng ta cảm thấy khó ở, khích lệ chúng ta nhận biết tội lỗi mình để đến với sự nên thánh.

Ngoài ra, Đức Thánh Linh còn được gọi là Thánh Linh của Đức Chúa Trời (1 Cô-rinh-tô 12:3) và Thánh Linh của Chúa (Công vụ 5:9; 8:39). Thánh Linh của Đức Chúa Trời là lẽ thật đời đời và là Thánh Linh ban cho sự sống để dẫn chúng ta vào sự sống đời đời.

Mặt khác, thần linh không thuộc về Đức Chúa Trời mà chống nghịch lại Thánh Linh của Đức Chúa Trời thì không xưng nhận rằng Chúa Giê-su đã đến thế gian trong thân xác loài người, và được gọi là 'thần của thế gian' (1 Cô-rinh-tô 2:12), là 'thần chống nghịch Đấng Christ' (1 Giăng 4:3), 'thần lừa dối' (1 Ti-mô-thê 4:1), và 'ác linh' (Khải huyền 16:13). Hết thảy những thần nầy ra từ ma quỉ. Chúng không ra từ Thánh Linh của lẽ thật. Những thần lừa dối nầy chẳng đem lại sự sống mà khiến cho con người sa vào sự hủy diệt.

Đức Thánh Linh là nói đến Thần toàn hảo của Đức Chúa Trời, vì thế khi tin nhận Chúa Giê-su Christ và trở nên con cái của Đức Chúa Trời, chúng ta được nhận lãnh Đức Thánh Linh, và Đức Thánh Linh sinh ra thần trí về sự công chính trong chúng ta, làm mạnh sức chúng ta để mang lấy trái Đức Thánh Linh, sự công chính và sự sáng. Khi chúng ta hợp với Đức Chúa Trời qua công việc của Đức Thánh Linh, thì Ngài sẽ dẫn dắt chúng ta, và chúng ta được gọi là con của Đức Chúa Trời, và gọi Đức Chúa Trời là "Cha! Abba!" Vì chúng ta đã nhận lấy thần trí làm con nuôi (Rô-ma 8:12-15).

Vậy nên, khi chúng ta được Đức Thánh Linh soi dẫn, chúng ta sẽ mang lấy chín bông trái của Đức Thánh Linh, ấy là lòng yêu thương, sự vui mừng, bình an, nhịn nhục, nhân từ, hiền lành, trung tín, mềm mại, tiết độ (Ga-la-ti 5:22-23). Chúng ta cũng mang lấy trái của sự công chính và trái của sự sáng vì trái của sự sáng láng ở tại mọi điều nhân từ, công bình và thành thật, nhờ đó mà chúng ta có thể đạt tới sự cứu rỗi trọn vẹn (Ê-phê-sô 5:9).

## 2. Những Ý Tưởng Xác Thịt Dẫn Đến Sự Chết, song Những Ý Tưởng Thiêng Liêng Dẫn Đến Sự Sống và Bình Yên

Nếu chúng ta làm theo xác thịt, chúng ta sẽ để tâm trí mình hướng đến những điều thuộc về xác thịt. Chúng ta sẽ làm theo xác thịt, và phạm tội. Bấy giờ, theo như lời Đức Chúa Trời phán rằng "Tiền công của tội lỗi là sự chết," chúng ta không thể làm gì hơn là phải bị đùa đến sự chết. Ấy là tại sao lời Chúa khuyên bảo chúng ta rằng, *"Hỡi anh em, nếu ai nói mình có đức tin, song không có việc làm, thì ích chi chăng? Đức tin đó cứu người ấy được chăng? Về đức tin, cũng một lẽ ấy; nếu đức tin không sanh ra việc làm, thì tự mình nó chết"* (Gia-cơ 2:14, 17).

Nếu chúng ta chăm nom về xác thịt, thì nó không những khiến cho chúng ta phạm tội và khốn đốn về hoạn nạn trên đất nầy, mà chúng ta sẽ còn không thể được hưởng nước thiên đàng. Vậy, chúng ta hãy ghi khắc điều nầy trong lòng để làm cho chết các việc của thân thể hầu cho ta có được sự sống đời đời (Rô-ma 8:13).

Ngược lại, nếu làm theo Đức Thánh Linh, chúng ta sẽ trở nên chú tâm về Đức Thánh Linh và sẽ hết lòng sống theo lẽ thật. Bấy giờ Đức Thánh Linh sẽ giúp chúng ta chiến cự lại với kẻ thù là ma quỉ và Sa-tan, quăng xa những điều giả dối và bước đi trong lẽ thật, bấy giờ chúng ta sẽ được nên thánh.

Giả sử có ai đó vô cớ đánh vào má mình. Chúng ta có thể nổi giận, song chúng ta có thể xua đi những ý nghĩ xác thịt và thay vào đó là làm theo những suy nghĩ thuộc linh bằng cách tưởng nhớ đến thập hình của Chúa Giê-su. Vì lời Chúa bảo chúng ta rằng nếu có ai đánh chúng ta bên má nầy thì hãy đưa luôn má kia cho họ và hãy vui mừng luôn trong mọi hoàn cảnh, chúng ta có thể tha thứ, nhẫn nhục chịu đựng, và phục vụ người khác, để nhờ đó chúng ta không bị rối lòng. Bằng cách nầy lòng chúng ta có thể được bình tịnh. Cho đến chừng chúng ta được nên thánh, có lẽ chúng ta muốn trách mắng, quở trách anh ta vì cớ sự gian ác vẫn còn ở trong mình. Tuy nhiên, sau khi đã quăng xa mọi sự ác rồi, chúng ta cảm thấy yêu thương người mặc dầu chúng ta thấy anh ta là kẻ sai trái.

Do vậy, nếu chúng ta chú tâm đến thuộc linh, chúng ta sẽ tìm kiếm những sự thiêng liêng và bước đi trong lẽ thật của lời Chúa. Bấy giờ chúng ta sẽ đạt được sự cứu rỗi và sự sống đích thực, đời sống chúng ta sẽ đầy dẫy sự bình an và phước hạnh.

## 3. Ý Tưởng Xác Thịt là Thù Nghịch với Đức Chúa Trời

Những suy nghĩ xác thịt ngăn trở chúng ta cầu nguyện với Đức Chúa Trời, trong khi đó những ý tưởng thiêng liêng khuyên giục chúng ta cầu nguyện với Ngài. Những suy nghĩ xác thịt dẫn đến thù hận và cãi lẫy, trong khi đó những suy nghĩ thiêng liêng khiến chúng ta yêu thương và hòa thuận. Tương tự như vậy, những suy nghĩ xác thịt nghịch với lẽ thật, và thật ra chúng là ý muốn và tư tưởng ra từ kẻ thù là ma quỉ. Bởi vậy nếu chúng ta tiếp tục đi theo những ý tưởng xác thịt, thì sẽ tạo ra rào cản chống lại Đức Chúa Trời, và điều đó sẽ làm cản trở ý muốn của Đức Chúa Trời dành cho chúng ta.

Những ý nghĩ xác thịt chẳng hề đem lại sự bình an mà chỉ khiến lo lắng, bồn chồn, và rối lòng. Thật ra, những ý nghĩ xác thịt là hoàn toàn vô nghĩa và chẳng ích gì. Đức Chúa Trời là Cha của chúng ta là Đấng toàn năng và toàn tri, và là Đấng Tạo Hóa đang cầm quyền trên cả trời, đất và muôn vật trong đó có linh hồn và thân xác của chúng ta. Có gì mà Ngài không thể ban cho chúng ta là con cái yêu dấu của Ngài? Nếu cha chúng ta là chủ tịch của một tập đoàn công nghiệp lớn, chúng ta sẽ chẳng bao giờ lo lắng về tiền bạc, còn nếu như cha chúng ta là một thầy thuốc thành thạo, thì chúng ta sẽ được đảm bảo có một sức khỏe tốt.

Như Đức Chúa Giê-su có phán trong Mác 9:23, *"Sao ngươi nói: Nếu thầy làm được? Kẻ nào tin thì mọi việc đều được cả,"* những ý tưởng thiêng liêng sẽ đem đến trên chúng ta niềm tin và sự bình an, những ý nghĩ xác thịt cản trở chúng ta hoàn thành ý muốn và công việc của Đức Chúa Trời bằng cách trao cho chúng ta sự lo lắng, bồn chồn và rối lòng. Bởi vậy, khi nói đến những ý nghĩ xác thịt, Rô-ma 8:7 nói rằng, *"Vì sự chăm về xác thịt nghịch với Đức Chúa Trời, bởi nó không phục dưới luật pháp Đức Chúa Trời, lại cũng không thể phục được."*

Chúng ta là con cái của Đức Chúa Trời là những kẻ phụng sự Ngài và gọi Ngài là "Cha." Tuy nhiên, nếu chúng ta chẳng vui mừng mà thấy rối lòng, chán nản, và lo lắng thì điều ấy chứng tỏ rằng mình đang đi theo những ý nghĩ xác thịt là thứ do ma quỉ và Sa-tan gây ra thay vì những ý thuộc linh được ban cho bởi Đức Chúa Trời. Vậy thì chúng ta hãy kịp thời ăn năn, xoay khỏi nó, và tìm kiếm ý tưởng thiêng liêng. Ấy là vì chúng ta chỉ có thể đầu phục chính mình cho Đức Chúa Trời vâng phục Ngài chỉ với tâm trí thuộc linh.

## 4. Những Kẻ Làm Theo Xác Thịt Không Thể Đẹp Ý Đức Chúa Trời

Những kẻ chú tâm về xác thịt là những kẻ chống nghịch Đức Chúa Trời và không thể phục dưới luật pháp của Đức Chúa Trời. Họ bất tuân Chúa và không thể đẹp ý Ngài, để rồi cuối cùng phải khốn đốn với khó khăn và hoạn nạn.

Vì Áp-ra-ham, tổ phụ đức tin, luôn tìm kiếm những ý tưởng thiêng liêng, nên người đã có thể vâng phục ngay cả mạng lệnh dâng con một của mình là Y-sác để làm của lễ thiêu. Ngược lại, vua Sau-lơ, là kẻ đi theo ý tưởng xác thịt, nên cuối cùng đã bị ruồng bỏ; Giô-na bị bảo mạnh hất tung và bị cá kình nuốt vào bụng; dân sự Y-sơ-ra-ên đã phải khốn 40 năm với cuộc sống đầy những gian nan trong đồng vắng sau khi ra khỏi xứ Ê-díp-tô.

Khi đi theo những ý tưởng thiêng liêng và bày tỏ việc làm bởi đức tin, chúng ta sẽ được ban cho những điều lòng mình ao ước, như đã được tuyên hứa trong Thi thiên 37:4-6, *"Hãy khoái lạc nơi Đức Giê-hô-va, Thì Ngài sẽ ban cho ngươi điều lòng mình ao ước. Hãy phó thác đường lối mình cho Đức Giê-hô-va, và nhờ cậy nơi Ngài, thì Ngài sẽ làm thành việc ấy. Ngài sẽ khiến công bình ngươi lộ ra như ánh sáng, Và tỏ ra lý đoán ngươi như chánh ngọ."*

Hễ ai thật sự tin cậy Đức Chúa Trời đều đánh đổ tất cả những bất tuân gây ra bởi công việc của kẻ thù là ma quỉ, tuân giữ các điều răn của Đức Chúa Trời, và làm những sự đẹp ý Ngài. Bấy giờ người ấy sẽ trở nên con người thuộc linh là người sẽ có thể nhận lãnh bất kỳ sự gì mình cầu xin.

## 5. Làm Thế Nào Chúng Ta Có Thể Làm Theo Công Việc của Thánh Linh?

Chúa Giê-su, Con của Đức Chúa Trời, đã đến thế gian nầy để làm một hột lúa mì cho những kẻ có tội và chết thay cho họ. Ngài mở đường cứu rỗi cho những ai tin nhận Ngài để trở nên con cái của Đức Chúa Trời, và gặt được vô vàn bông trái. Ngài chỉ tìm kiếm những ý tưởng thiêng liêng và làm theo ý muốn của Đức Chúa Trời; Ngài đã khiến cho kẻ chết sống lại, chữa lành mọi bệnh tật và mở mang nước Đức Chúa Trời.

Chúng ta phải làm gì để theo gương Chúa Giê-su mà làm đẹp ý Đức Chúa Trời?

Trước hết, chúng ta phải sống trong sự vùa giúp của Đức Thánh Linh qua sự cầu nguyện.

Nếu không cầu nguyện, chúng ta sẽ rơi vào công việc của Sa-tan và sống theo những ý nghĩ xác thịt. Dầu vậy, khi chúng ta cầu nguyện không thôi, chúng ta có thể nhận lãnh công việc của Đức Thánh Linh trong đời sống mình, chịu bắt phục bởi những điều công chính, được đặt vào vị trí đối nghịch với tội lỗi, thoát khỏi sự đoán phạt, làm theo những ước muốn của Thánh Linh và được xưng công bình trước mặt Đức Chúa Trời. Ngay cả Con của Đức Chúa Trời, là chúa Giê-su, cũng đã hoàn thành công việc của Đức Chúa Trời qua sự cầu nguyện. Vì ý muốn của Đức Chúa Trời là cầu nguyện không thôi, khi chúng ta cầu nguyện không ngừng nghỉ, chúng ta chỉ có thể làm theo những ý tưởng thiêng liêng và làm đẹp ý Đức Chúa Trời.

Thứ hai, chúng ta phải làm xong những công việc thuộc linh cho dù chúng ta không muốn. Đức tin không có việc làm thì chỉ là đức tin của lý trí. Ấy là đức tin chết. Khi biết mình phải làm gì mà không chịu làm, ấy là tội lỗi. Vậy nên, nếu chúng ta muốn làm theo ý muốn Đức Chúa Trời để đẹp ý Ngài, chúng ta phải bày tỏ công việc của đức tin.

Thứ ba, chúng ta phải ăn năn và nhận lấy quyền phép từ nơi cao hầu cho chúng ta có được đức tin có việc làm cặp theo. Vì những ý nghĩ xác thịt nghịch với Đức Chúa Trời, làm buồn lòng Ngài và tạo nên những bức tường tội lỗi giữa Đức Chúa Trời và chúng ta, chúng ta phải ăn năn và quăng xa những sự đó. Ăn năn là việc luôn cần thiết trong đời sống Cơ đốc nhân, nhưng để quăng xa những sự ấy chúng ta phải xé lòng mình mà ăn năn.

Nếu phạm đến những tội mà chúng ta biết rằng mình không nên làm, lòng chúng ta cảm thấy lo lắng. Khi ăn năn tội lỗi với những lời cầu nguyện đầy nước mắt, những băn khoăn và lo lắng sẽ ra khỏi chúng ta, chúng ta trở nên tươi mới, được giải hòa với Đức Chúa Trời, được khôi phục lại trong sự bình an, và bấy giờ chúng ta có thể nhận lãnh những điều lòng mình ao ước. Nếu chúng ta tiếp tục cầu nguyện để thoát khỏi mọi điều ác, chúng ta sẽ xé lòng mà ăn năn tội lỗi mình. Bản tính tội lỗi của chúng ta sẽ bị thiêu đốt trong lửa Thánh Linh, và những bức tường tội lỗi sẽ bị phá đổ. Nhờ đó chúng ta sẽ có thể sống bởi công việc của Thánh Linh và làm đẹp ý Đức Chúa Trời.

Nếu cảm thấy gánh nặng trong lòng sau khi đã nhận lãnh Thánh Linh bởi đức tin nơi Chúa Giê-su Christ, ấy là vì chúng ta nghịch với Đức Chúa Trời bởi những ý nghĩ xác thịt của mình. Vì vậy, chúng ta phải phá đổ những bức tường tội lỗi bằng sự cầu nguyện tha thiết, để rồi chúng ta bước theo ước muốn của Thánh Linh và làm công việc của Thánh Linh theo những ý tưởng thiêng liêng. Kết quả, bình an và vui mừng sẽ đáp đậu trên tấm lòng của chúng ta, sự đáp lời cầu nguyện sẽ được ban cho chúng ta và những điều lòng mình ao ước sẽ được trọn.

Như Chúa Giê-su đã phán trong Mác 9:23, *"Sao ngươi nói: Nếu thầy làm được? Kẻ nào tin thì mọi việc đều được cả."* Nguyện mỗi một chúng ta quăng xa những ý tưởng xác thịt là những thứ nghịch với Đức Chúa Trời để bước đi bởi đức tin và làm theo công việc của Thánh Linh hầu cho chúng ta có thể sống đẹp ý Đức Chúa Trời, làm công việc Ngài cách hết lòng để mở mang vương quốc thiên đàng. Trong danh Chúa Giê-su Christ, tôi dâng lời cầu nguyện!

Chương 3

# Đánh Đổ Mọi Thứ Tư Tưởng và Luận Thuyết

"Vì chúng tôi dầu sống trong xác thịt, chớ chẳng tranh chiến theo xác thịt. Và, những khí giới mà chúng tôi dùng để chiến tranh là không phải thuộc về xác thịt đâu, bèn là bởi quyền năng của Đức Chúa Trời, có sức mạnh để đạp đổ các đồn lũy: Nhờ khí giới đó chúng tôi đánh đổ các lý luận, mọi sự tự cao nổi lên nghịch cùng sự hiểu biết Đức Chúa Trời, và bắt hết các ý tưởng làm tôi vâng phục Đấng Christ. Cũng nhờ khí giới đó, chúng tôi sẵn sàng phạt mọi kẻ chẳng phục, khi anh em đã chịu lụy trọn rồi."

2 Cô-rinh-tô 10:3-6

Một lần nữa, đức tin được chia làm hai loại: Đức tin thuộc linh và đức tin xác thịt. Đức tin xác thịt còn có thể được gọi là đức tin lý trí. Khi lần đầu lắng nghe lời Đức Chúa Trời, chúng ta có được đức tin lý trí. Ấy là đức tin xác thịt. Nhưng khi chúng ta ngày càng hiểu biết và làm theo lẽ đạo, chúng ta sẽ có được đức tin thuộc linh.

Nếu chúng ta hiểu được ý nghĩa thuộc linh trong lẽ đạo từ lẽ thật của lời Đức Chúa Trời và đặt nền tảng cho đức tin bằng cách làm theo lẽ thật ấy, Đức Chúa Trời sẽ vui mừng và ban cho chúng ta đức tin thuộc linh. Nhờ đức tin thuộc linh được ban cho từ nơi cao, lời cầu nguyện của chúng ta sẽ được nhậm và có giải pháp cho những nan đề của chúng ta. Chúng ta cũng sẽ được kinh nghiệm về sự gặp gỡ với Đức Chúa Trời hằng sống.

Qua kinh nghiệm nầy, những điều nghi ngờ sẽ ra khỏi chúng ta, những ý tưởng và luận thuyết của loài người bị đánh đổ, và chúng ta đặt chân trên vầng đá đức tin nơi mà chúng ta sẽ chẳng bao giờ bị rúng động bởi bất kỳ thử thách hay hoạn nạn nào. Khi chúng ta đã trở nên con người của lẽ thật và có tấm lòng giống Đấng Christ. Điều ấy nói lên rằng nền tảng đức tin của chúng ta đã được vững lập lâu bền. Với nền tảng đức tin nầy chúng ta có thể nhận lãnh được bất kỳ sự gì mình cầu xin.

Như chính Đức Chúa Giê-su Christ đã phán trong Ma-thi-ơ 8:13, *"Theo như điều ngươi tin thì sẽ được thành vậy,"* nếu có được đức tin thuộc linh đầy trọn, ấy là đức tin mà nhờ đó chúng ta có thể nhận lãnh được mọi điều mình đã cầu xin. Chúng ta có thể sống một đời sống làm vinh hiển Đức Chúa Trời trong mọi sự mình làm. Chúng ta sẽ được ở trong tình yêu và đồn lũy của Đức Chúa Trời và trở nên niềm vui lớn đối với Ngài.

Chúng ta hãy đi sâu vào một vài điều có liên quan đến đức tin thuộc linh. Những chướng ngại vật ngăn trở đức tin thuộc linh là gì? Làm thế nào chúng ta có thể có được đức tin thuộc linh? Trong Kinh Thánh, những tổ phụ đức tin đã nhận lãnh loại đức tin nào? Và cuối cùng chúng ta sẽ nhìn vào lý do tại sao những kẻ chú tâm vào những ý tưởng xác thịt đã bị ruồng bỏ.

## 1. Những Chướng Ngại Vật Ngăn Trở Đức Tin Thuộc Linh

Với đức tin thuộc linh, chúng ta có thể tương giao với Đức Chúa Trời. Chúng ta có thể nghe rõ được tiếng phán của Đức Thánh Linh. Lời cầu nguyện và sự cầu xin của chúng ta có thể được nhậm. Hoặc ăn, hoặc uống hay làm bất kỳ điều gì chúng ta cũng có thể làm vinh hiển danh Chúa. Chúng ta sẽ được sống trong ân sủng, sự thừa nhận và sự bảo lãnh của Đức Chúa Trời trong đời sống mình.

Vậy tại sao người ta không sở hữu được đức tin thuộc linh? Chúng ta hãy nhìn vào những nhân tố ngăn trở không cho chúng ta có được đức tin thuộc linh.

### 1) Những Ý Tưởng Xác Thịt.

Rô-ma 8:6-7 nói rằng, *"Vả, chăm về xác thịt sanh ra sự chết, còn chăm về Thánh Linh sanh ra sự sống và bình an; vì sự chăm về xác thịt nghịch với Đức Chúa Trời, bởi nó không phục dưới luật pháp Đức Chúa Trời, lại cũng không thể phục được."*

Tâm trí chúng ta có thể được chia làm hai phần; một phần là xác thịt trong bản tính tự nhiên và một phần thuộc về thiêng liêng. Tâm trí xác thịt nói đến hết thảy các thứ tư tưởng được tích lũy trong con người, bao gồm mọi điều giả dối. Ý tưởng xác thịt thuộc về tội lỗi vì chúng không theo ý muốn của Đức Chúa Trời. Chúng sanh ra sự chết như đã nói trong Rô-ma 6:23, *"Tiền công của tội lỗi là sự chết."* Ngược lại, tâm trí thuộc linh nói đến những ý tưởng của lẽ thật, và theo ý muốn của Đức Chúa Trời – công chính và thiện lành. Ý tưởng thuộc linh sanh ra sự sống và đem lại sự bình an trên chúng ta.

Ví dụ, giả sử chúng ta gặp phải khó khăn thử thách không thể vượt qua với sức lực và khả năng của con người. Những ý nghĩ xác thịt sẽ khiến chúng ta lo lắng và bối rối. Song những ý nghĩ thuộc linh khiến chúng ta quăng xa mọi lo lắng, và dâng lời cảm tạ cùng sự vui mừng qua lời của Đức Chúa Trời phán rằng, *"Hãy vui mừng mãi mãi, cầu nguyện không thôi, phàm việc gì cũng phải tạ ơn Chúa; vì ý muốn của Đức Chúa Trời trong Đức Chúa Jêsus Christ đối với anh em là như vậy"* (1 Tê-sa-lô-ni-ca 5:16-18).

Như vậy, những ý tưởng thuộc linh thật sự nghịch với những ý tưởng xác thịt, cho nên với ý tưởng xác thịt chúng ta không phục dưới luật pháp Đức Chúa Trời, lại cũng không thể phục được. Ấy là tại sao những ý tưởng xác thịt là thù nghịch với Đức Chúa Trời và gây cản trở không cho chúng ta có được đức tin thuộc linh.

### 2) Việc làm/Công Việc của Xác Thịt.

Việc làm/công việc của xác thịt là nói đến hết thảy những tội lỗi và điều ác được tỏ ra bằng hành động, như đã được nhận diện trong Ga-la-ti 5:19-21, *"Vả, các việc làm của xác thịt là rõ ràng lắm: Ấy là gian dâm, ô uế, luông tuồng, thờ hình tượng, phù phép, thù oán, tranh đấu, ghen ghét, buồn giận, cãi lẫy, bất bình, bè đảng, ganh gổ, say sưa, mê ăn uống, cùng các sự khác giống như vậy. Tôi nói trước cho anh em, như tôi đã nói rồi: Hễ ai phạm những việc thể ấy thì không được hưởng nước Đức Chúa Trời."*

Nếu chúng ta không quăng xa những việc làm của xác thịt, thì chúng ta không thể có được đức tin thuộc linh cũng chẳng được hưởng nước Đức Chúa Trời. Ấy là tại sao công việc của xác thịt ngăn trở không cho chúng ta có được đức tin thuộc linh.

### 3) Mọi Thứ Luận Thuyết.

*Từ điển Webster's Revised Unabridged* định nghĩa "Luận thuyết" là "Một giáo lý, hay sự sắp xếp các sự việc theo hệ thống, là cái vạch ra giới hạn trong lý luận hay ý định mà không có quan điểm về thực hành; giả thuyết; lý luận" hay "Một sự mô tả tính phổ quát hay những lý thuyết về bất kỳ một nguyên tắc khoa học nào." Theo quan điểm này thì luận thuyết là một kiến thức ủng hộ sự sáng tạo sự vật từ một sự sự vật khác nào đó, song nó chẳng giúp ích gì cho việc chúng ta có được đức tin thuộc linh. Mà đúng hơn là nó giới hạn chúng ta trong việc có được đức tin thuộc linh.

Chúng ta hãy nghĩ đến thuyết sáng tạo và thuyết tiến hóa của Đắc-uyn. Hầu hết người ta được học ở trường rằng loài người được tiến hóa từ loài vượn. Trực tiếp đối lập với điều nầy, Kinh Thánh cho chúng ta biết rằng Đức Chúa Trời đã tạo dựng nên loài người. Nếu chúng ta tin Đức Chúa Trời toàn năng, chúng ta phải lựa chọn và theo sự sáng tạo bởi Đức Chúa Trời cho dù chúng ta đã được học về thuyết tiến hóa ở trường.

Chỉ khi chúng ta xoay bỏ thuyết tiến hóa đã được dạy ở trường để đến với sự sáng tạo bởi Đức Chúa Trời, chúng ta mới có thể có được đức tin thuộc linh. Nếu không phải vậy thì tất cả các luận thuyết sẽ cản trở việc chúng ta có được đức tin thuộc linh, vì để tin sự sáng tạo ra sự vật từ hư không với thuyết tiến hóa là điều không thể. Ví dụ, ngay cả với sự tiến bộ của khoa học, người ta cũng không thể sáng tạo ra được mầm của sự sống, tinh trùng và trứng. Vậy thì làm thế nào để có thể tin được sự vật được sáng tạo từ hư không nếu không ở trong phương diện đức tin thuộc linh?

Thế thì, chúng ta phải bác bỏ những tranh luận và luận thuyết nầy, cùng mọi sự kiêu ngạo và tự cao nổi lên nghịch lại sự hiểu biết của Đức Chúa Trời và bắt mọi ý tưởng phải vâng phục Đấng Christ.

## 2. Sau-ơ Làm Theo Những Ý Tưởng Xác Thịt và Bất Tuân

Sau-lơ là vị vua đầu tiên của vương triều Y-sơ-ra-ên, song người đã không sống theo ý muốn của Đức Chúa Trời. Người được lên ngôi theo thể sự đòi hỏi của dân sự. Đức Chúa Trời truyền lệnh cho người triệt hạ A-ma-léc tiêu diệt hoàn toàn những gì thuộc về nó và phải diệt hết những người nam và người nữ, con trẻ và con đỏ, bò, cừu, lạc đà, và lừa không chừa lại bất cứ thứ gì thứ gì trong chúng. Vua Sau-lơ đánh bại dân A-ma-léc và giành đại thắng. Song người không tuân theo mạng lệnh của Đức Chúa Trời mà để lại những cừu và bò đực béo tốt nhất.

Sau-lơ đã làm theo ý tưởng xác thịt, và đã tha chết cho A-ga; họ cũng không hủy diệt những con thú tốt nhất trong bầy chiên dê và bò, những con thú được nuôi cho mập, vì hết thảy những thứ đó là tốt cho ước muốn dâng tế lễ lên Đức Chúa Trời. Người đã không sẵn lòng tiêu diệt hoàn toàn chúng. Hành động nầy là bất tuân và kiêu ngạo trước mặt Đức Chúa Trời. Ngài đã quở trách người về việc làm sai trật đó qua tiên tri Sa-mu-ên hầu cho người có thể ăn năn và xoay bỏ. Song, vua Sau-lơ đã biện hộ và khăng khăng với sự công chính riêng của mình (1 Sa-mu-ên 15:2-21).

Ngày nay có nhiều tín đồ hành động giống như Sau-lơ. Họ chẳng nhận biết được sự rõ ràng của mình, và cũng chẳng nhận biết khi mình bị quở trách vì những sự đó. Thay vào đó, họ biện hộ và khăng khăng với đường lối riêng của mình theo như những ý tưởng xác thịt của họ. Cuối cùng họ lộ diện ra là những kẻ bất tuân, những kẻ làm theo xác thịt giống như Sa-lơ. Vì 100 người thì 100 ý khác nhau, nếu họ hành xử theo ý riêng của mình, thì không thể hiệp nhất được. Nếu làm theo ý riêng thì họ sẽ trở nên bất tuân. Song nếu làm theo lẽ thật của Đức Chúa Trời, họ sẽ có thể vâng phục và hiệp một.

Đức Chúa Trời sai tiên tri Sa-mu-ên đến với Sa-lơ. Sau-lơ đã không làm theo lời Ngài, nên Tiên Tri nói cùng Sau-lơ rằng, *"Sự bội nghịch cũng đáng tội bằng sự tà thuật; sự cố chấp giống như tội trọng cúng lạy hình tượng. Bởi ngươi đã từ bỏ lời của Đức Giê-hô-va, nên Ngài cũng từ bỏ ngươi không cho ngươi làm vua"* (1 Sa-mu-ên 15:23).

Cũng vậy, hễ ai dựa vào những ý tưởng của loài người mà không làm theo ý muốn của Đức Chúa Trời, ấy là sự bất tuân đối với Đức Chúa Trời, và nếu người ấy không nhận biết sự bất tuân của mình cũng chẳng xoay khỏi nó, thì kẻ ấy sẽ không còn sự lựa chọn nào khác mà phải bị Đức Chúa Trời ruồng bỏ giống như Sau-lơ.

Trong 1 Sa-mu-ên 15:22, Sa-mu-ên đã quở trách Sau-lơ mà rằng, *"Đức Giê-hô-va há đẹp lòng của lễ thiêu và của lễ thù ân bằng sự vâng theo lời phán của Ngài ư? Và, sự vâng lời tốt hơn của tế lễ; sự nghe theo tốt hơn mỡ chiên đực."* Bất chấp sự đúng đắng của ý tưởng chúng ta dường như đến thế nào, nếu chúng nghịch với lời Đức Chúa Trời, chúng ta phải kịp thời ăn năn và xoay khỏi chúng. Ngoài ra, chúng ta phải bắt những ý tưởng của mình vâng phục ý muốn của Đức Chúa Trời.

### 3. Tổ Phụ Đức Tin là Những Người Làm Theo Lời Chúa

Đa-vít là vị vua thứ hai của Y-sơ-ra-ên. Từ thời thơ ấu người đã chẳng hề làm theo ý riêng của mình, song chỉ sống bởi đức tin nơi Đức Chúa Trời. Khi chăn giữ bầy chiên, người chẳng hề sợ hãi gấu hay sư tử, đôi khi bởi đức tin người đã đánh chết sư tử và gấu để bảo vệ đàn chiên của mình. Về sau chỉ bởi đức tin, người đã đánh bại Gô-li-át, chiến binh vô địch của Phi-li-tin.

Có một tình tiết mà Đa-vít đã có lần bất tuân lời Chúa sau khi người lên ngôi. Khi bị quở trách về việc nầy qua một tiên tri, người chẳng hề biện minh một lời, song, liền ăn năn và xoay bỏ, và về sau người càng được nên thánh hơn. Do vậy, đã có một khác biệt lớn giữa Sau-lơ, một con người có tư tưởng xác thịt, và Đa-vít, một con người thuộc linh (1 Sa-mu-ên 12:13).

Đương lúc chăn giữ bầy chiên tại đồng vắng trong 40 năm, Môi-se đã đánh đổ mọi thứ tư tưởng và luận thuyết để trở nên khiêm nhường trước mặt Đức Chúa Trời cho đến khi người được Đức Chúa Trời kêu gọi để dẫn dắt dân sự Y-sơ-ra-ên thoát khỏi cảnh nô lệ ở Ê-díp-tô.

Làm theo cách nghĩ của con người, Áp-ra-ham đã gọi vợ mình

là "em gái." Tuy nhiên sau khi trở thành con người thuộc linh qua thử thử thách, người đã có thể vâng phục Đức Chúa Trời ngay cả mạng lệnh phán truyền rằng người phải dâng con một của mình là Y-sác để làm của lễ thiêu. Ví như người đã có một chút dựa vào ý tưởng xác thịt, thì ắt hẳn người đã chẳng thể vâng phục được mạng lệnh ấy. Y-sác là đứa con duy nhất mà người đã có được vào những năm tháng cuối cùng của đời mình, và đồng thời cũng là dòng dõi theo lời hứa của Đức Chúa Trời. Vì thế, theo suy nghĩ của con người, thì điều nầy có thể được xem là bất ổn vì việc cắt Y-sác ra thành từng mảnh như một con vật để làm của lễ thiêu là điều không thể. Áp-ra-ham chẳng hề phàn nàn song người tin rằng Đức Chúa Trời có thể khiến cho con mình sống lại từ kẻ chết nên người đã vâng theo (Hê-bơ-rơ 11:19).

Na-ha-man, quan tổng binh của vua Sy-ri, là một người có quyền trước mặt chủ mình, được tôn trọng lắm, song bị bịnh phung, người đã đến với Ê-li-sê để được chữa lành. Mặc dầu người có mang theo những quà biếu đắt giá để kinh nghiệm công việc của Đức Chúa Trời, song Ê-li-sê đã không cho phép người vào mà chỉ sai một đầy tớ của mình ra tận cửa mà bảo cùng người rằng, *"Hãy đi tắm mình bảy lần dưới sông Giô-đanh, thịt ngươi tất sẽ trở nên lành, và ngươi sẽ được sạch"* (2 Các vua 5:10). Với suy nghĩ xác thịt, Na-ha-man xem đây là điều thô lỗ và xúc phạm nên người cảm thấy rất giận dữ.

Song người đã đánh đổ những ý nghĩ xác thịt của mình mà làm theo lời khuyên của những đầy tớ mình. Người bèn xuống sông Giô-đanh, tắm mình bảy lần, theo như lời truyền của người Đức Chúa Trời. Người liền được sạch, và thịt người trở nên như trước.

Nước tượng trưng cho lời của Đức Chúa Trời, còn con số '7' tượng trưng cho sự hoàn hảo, vì vậy 'tắm mình bảy lần dưới sông Giô-đanh' có nghĩa rằng "nên thánh trọn vẹn bởi lời của Đức Chúa Trời." Khi được nên thánh, chúng ta có thể nhận được giải pháp cho bất kỳ nan đề nào. Do đó, khi Na-ha-man làm theo lời Chúa được phán qua Tiên Tri Ê-li-sê, công việc lạ lùng của Đức Chúa Trời đã xảy đến cho người (2 Các vua 5:1-14).

## 4. Một Khi Chúng Ta Xua Tan Những Ý Tưởng và Lý Luận của Loài Người Chúng Ta Có Thể Vâng Phục

Gia-cốp là một kẻ xảo quyệt và có đủ thứ ý tưởng, nên người đã cố dùng mọi mưu chước để đạt được ý muốn của mình. Như một sự quả báo, người đã khốn đốn với rất nhiều gian khó trong 20 năm trường. Cuối cùng người đã rơi vào một tình thế khó xử tại Rạch Gia-bốc. Người không thể trở lại với nhà cậu mình vì giao ước đã được lập với cậu, cũng không thể tiến lên phía trước vì cớ người anh của mình là Ê-sau, kẻ đang đón người ở bên kia rạch để lấy mạng. Trong tình huống tuyệt vọng nầy, sự công bình riêng và những ý tưởng xác thịt của người đã hoàn toàn bị đánh đổ. Đức Chúa Trời đã khiến Ê-sau động lòng mà làm hòa với em mình. Bằng cách nầy Đức Chúa Trời đã mở đường sống hầu cho

Gia-cốp có thể làm trọn được sự tiên liệu của Ngài (Sáng Thế Ký 33:1-4).

Trong Rô-ma 8:5-7, Đức Chúa Trời có phán rằng *"Thật thế, kẻ sống theo xác thịt thì chăm những sự thuộc về xác thịt; còn kẻ sống theo Thánh Linh thì chăm những sự thuộc về Thánh Linh. Và, chăm về xác thịt sanh ra sự chết, còn chăm về Thánh Linh sanh ra sự sống và bình an; vì sự chăm về xác thịt nghịch với Đức Chúa Trời, bởi nó không phục dưới luật pháp Đức Chúa Trời, lại cũng không thể phục được."* Ấy là tại sao chúng ta phải đánh đổ mọi quan điểm, mọi luận thuyết và mọi ý tưởng nổi lên nghịch với sự hiểu biết của Đức Chúa Trời. Chúng ta phải bắt mọi ý tưởng vâng phục Đấng Christ hầu cho chúng ta có thể được ban cho đức tin thuộc linh để bày tỏ việc làm của sự vâng phục.

Chúa Giê-su đã ban cho một điều răn mới trong Ma-thi-ơ 5:39-42 rằng, *"Song ta bảo các ngươi, đừng chống cự kẻ dữ. Trái lại, nếu ai vả má bên hữu ngươi, hãy đưa má bên kia cho họ luôn; nếu ai muốn kiện ngươi đặng lột cái áo vắn, hãy để họ lấy luôn cái áo dài nữa; nếu ai muốn bắt ngươi đi một dặm đường, hãy đi hai dặm với họ. Ai xin của ngươi, hãy cho, ai muốn mượn của ngươi, thì đừng trớ."* Với suy nghĩ của con người, chúng ta không thể làm theo điều răn này vì ý tưởng của con người nghịch lại với lẽ thật. Nhưng nếu chúng ta đánh đổ những ý tưởng xác thịt của con người, chúng ta có thể vâng phục điều răn ấy trong sự vui mừng, và Đức Chúa Trời sẽ khiến mọi sự đều ảnh hưởng tốt cho ích lợi lâu dài qua sự vâng phục của chúng ta.

Không kể môi miệng chúng ta xưng nhận đức tin mình bao nhiêu lần, nếu chúng ta không xem những ý tưởng và lý luận của mình là thứ không có giá trị, thì chúng ta chẳng thể vâng phục cũng chẳng kinh nghiệm được công việc của Đức Chúa Trời hay được khiến cho thịnh vượng và thành công.

Anh chị em hãy ghi nhớ lời Chúa có chép trong Ê-sai 55:8-9, rằng, *"Đức Giê-hô-va phán: Ý tưởng ta chẳng phải ý tưởng các ngươi, đường lối các ngươi chẳng phải đường lối ta. Vì các từng trời cao hơn đất bao nhiêu, thì đường lối ta cao hơn đường lối các ngươi, ý tưởng ta cao hơn ý tưởng các ngươi cũng bấy nhiêu."*

Chúng ta phải tránh mọi tư tưởng xác thịt và lý luận của con người, để thay vào đó là có được đức tin như của người thầy đội là kẻ được Chúa Giê-su khen ngợi vì sự tin cậy Đức Chúa Trời cách hoàn toàn của người. Khi người đội trưởng đến cầu xin Chúa Giê-su chữa lành cho đứa đầy tớ của mình đang bị bại liệt toàn thân vì chứng đột quỵ. Người đã xưng nhận đức tin rằng chỉ cần Chúa Giê-su phán thì đứa đầy tớ của mình sẽ được lành. Người đã được đáp lời như chính điều mình đã tin. Đồng một thể ấy, nếu chúng ta có được đức tin thuộc linh nầy thì mọi lời cầu nguyện và cầu xin của chúng ta đều sẽ được nhậm và dâng hết vinh hiển lên cho Đức Chúa Trời.

Lời chân lý của Đức Chúa Trời làm thay đổi tinh thần con người và khiến cho có thể có được đức tin có việc làm cặp theo. Chúng ta có thể nhận được sự đáp lời của Đức Chúa Trời bởi đức tin thuộc linh sống động nầy. Nguyện mỗi chúng ta đều đánh đổ mọi ý tưởng xác thịt và lý luận của loài người để có được đức tin thuộc linh hầu cho chúng ta có thể nhận lãnh được mọi sự mình cầu xin bởi đức tin và tôn vinh Đức Chúa Trời.

Chương 4

# Gieo Hột Giống Đức Tin

"Kẻ nào mà người ta dạy đạo cho,
phải lấy trong hết thảy của cải mình mà chia cho người dạy đó.
Chớ hề dối mình; Đức Chúa Trời không chịu khinh dể đâu;
vì ai gieo giống chi, lại gặt giống ấy. Kẻ gieo cho xác thịt,
sẽ bởi xác thịt mà gặt sự hư nát; song kẻ gieo cho Thánh Linh,
sẽ bởi Thánh Linh mà gặt sự sống đời đời.
Chớ mệt nhọc về sự làm lành, vì nếu chúng ta không trễ nải,
thì đến kỳ, chúng ta sẽ gặt. Vậy, đương lúc có dịp tiện,
hãy làm điều thiện cho mọi người,
nhứt là cho anh em chúng ta trong đức tin."

Ga-la-ti 6:6-10

Chúa Giê-su phán hứa cùng chúng ta trong Mác 9:23, *"Sao ngươi nói: Nếu thầy làm được? Kẻ nào tin thì mọi việc đều được cả."* Vì vậy khi người đội trưởng đến với Ngài và tỏ ra có đức tin lớn, Chúa Giê-su phán cùng người rằng, *"Theo như điều ngươi tin thì sẽ được thành vậy"* (Ma-thi-ơ 8:13), và ngay chính giờ đó đứa đầy tớ được lành.

Ấy chính là đức tin thuộc linh khiến cho chúng ta tin những gì không thể nhìn thấy được. Và cũng chính đức tin có việc làm cặp theo khiến cho chúng ta có thể bày tỏ đức tin mình bằng việc làm. Ấy là đức tin khiến chúng ta tin rằng sự vật được tạo ra từ hư không. Vì thế đức tin được định nghĩa trong Hê-bơ-rơ 11:1-3 như sau: *"Vả, đức tin là sự biết chắc vững vàng của những điều mình đương trông mong, là bằng cớ của những điều mình chẳng xem thấy. Ấy là nhờ đức tin mà các đấng thuở xưa đã được lời chứng tốt. Bởi đức tin, chúng ta biết rằng thế gian đã làm nên bởi lời của Đức Chúa Trời, đến nỗi những vật bày ra đó đều chẳng phải từ vật thấy được mà đến."*

Nếu có được đức tin thuộc linh, Đức Chúa Trời sẽ vui thích với đức tin của chúng ta và cho phép chúng ta nhận lãnh bất cứ sự gì mình cầu xin. Vậy chúng ta phải làm gì để có được đức tin thuộc linh?

Giống như một người nông dân gieo giống vào mùa xuân và gặt lấy bông trái vào mùa thu, chúng ta phải gieo hột giống đức tin để có được bông trái của đức tin thuộc linh.

Chúng ta hãy nhìn vào cách gieo giống đức tin như thế nào qua dụ ngôn về việc gieo giống và thu hoạch bông trái từ đồng ruộng. Chúa Giê-su dùng dụ ngôn mà nói cùng đám đông, Ngài chẳng nói với họ mà không dùng dụ ngôn (Ma-thi-ơ 13:34). Ấy là vì Đức Chúa Trời là thần linh, còn chúng ta là những con người sống trong thế giới hữu hình, chúng ta không thể hiểu được lĩnh vực thuộc linh của Đức Chúa Trời. Chúng ta sẽ có thể hiểu được ý muốn đích thực của Đức Chúa Trời chỉ khi chúng ta được dạy về lĩnh vực thuộc linh bằng những dụ ngôn của thế giới hữu hình nầy. Vì vậy tôi muốn giảng giải cùng anh chị em về cách gieo giống đức tin như thế nào và làm sao để có được đức tin thuộc linh bằng những dụ ngôn về công việc đồng áng.

## 1. Để Gieo Giống Đức Tin

### 1) Trước hết chúng ta phải làm sạch đám ruộng.

Trên hết mọi sự, người nông dân cần có một đám ruộng để gieo hột. Để làm cho đám ruộng của mình thích hợp, người nông dân phải sử dụng phân bón đúng cách, cày xới đất nhặt đá sỏi, làm cho đất nát tơi ra trong tiến trình gieo trồng kể cả việc cày, bừa, và làm đất. Chỉ khi ấy, thì hột giống được gieo xuống ruộng mới lớn lên khỏe mạnh và đem lại vụ mùa với nhiều bông trái tốt đẹp.

Trong Kinh Thánh, Chúa Giê-su chỉ cho chúng ta biết về bốn loại ruộng. Ruộng nói đến tấm lòng của con người. Loại thứ nhất là ruộng ven đường là nơi mà hột giống được gieo xuống không thể mọc lên được vì cớ đất quá chai cứng; loại thứ hai là loại ruộng đá sỏi là nơi mà hột giống gieo xuống chỉ vừa đủ mọc lên hoặc hầu như không có mầm chồi nào lớn lên được vì những đá sỏi trong ruộng ấy; loại thứ ba là loại ruộng bụi gai là nơi mà hột giống mọc lên nhưng không kết trái được ví cớ gai góc làm cho nghẹt ngòi; loại cuối cùng là loại thứ tư là ruộng tốt là nơi hột giống có thể mọc lên và lớn khỏe, sanh ra lắm trái tốt.

Tương tự như vậy, lòng con người cũng được chia làm bốn loại; thứ nhất là tấm lòng thuộc loại ruộng ven đường là nơi mà người ta không thể hiểu được lời Đức Chúa Trời; loại thứ hai là tấm lòng thuộc ruộng đá sỏi là nơi mà người ta tiếp nhận lời Chúa, nhưng khi có thử thách và ngược đãi xảy ra thì liền sa ngã; loại thứ ba là tấm lòng thuộc ruộng bụi gai là nơi mà những lo lắng đời nầy cùng những hư vinh làm cho nghẹt ngòi lời Chúa và gây cản trở khiến cho người nghe không thể kết quả được; loại thứ tư là loại cuối cùng là tấm lòng thuộc loại đất tốt là nơi mà người ta hiểu được lời Chúa và sanh bông trái tốt. Nhưng không kể chúng ta có tấm lòng thuộc loại nào, nếu chúng ta chịu cày xới và làm sạch lòng mình như người nông dân chịu khó nhọc và đổ mồ hôi trong ruộng mình, thì tấm lòng chúng ta sẽ trở nên loại ruộng tốt. Nếu là loại chai cứng, chúng ta phải cày xới là cho nhuyễn mịn; nếu đá sỏi, chúng ta phải nhặt đá sỏi ra; nếu gai góc, chúng ta phải dọn gai góc đi rồi làm cho trở nên đất tốt bằng cách sử dụng 'phân bón.'

Nếu một người nông dân biếng nhác, thì anh ta không thể dọn sạch đất và làm cho nó trở nên ruộng tốt, trong khi đó người nông dân siêng năng thì cố gắng hết mình để cải tạo và dọn sạch đất để làm cho trở nên ruộng tốt. Và khi đã nên ruộng tốt rồi thì sanh bông trái tốt hơn.

Nếu có đức tin, chúng ta sẽ cố gắng hết mức để biến đổi lòng mình ra loại tốt bằng sự cần cù và mồ hôi. Để hiểu lời Chúa, làm cho lòng mình trở nên tốt, và sanh nhiều bông trái, chúng ta cần tranh chiến chống lại và quăng xa tội lỗi mình cho đến mức đổ huyết. Vì thế, nhờ việc sốt sắng quăng xa tội lỗi và sự gian ác mình theo lời Chúa như mạng lệnh của Chúa phán truyền cùng chúng ta rằng hãy tránh khỏi mọi điều ác, chúng ta có thể nhặt từng hòn đá ra khỏi lòng mình, nhổ sạch cỏ, và biến đổi nó thành tấm lòng tốt.

Người nông dân chăm chỉ làm việc vì tin rằng mình sẽ thu hoạch được một vụ mùa bội thu nếu mình cày, bừa và canh tác đất để biến cải đất thành ruộng tốt. Cũng giống như vậy, tôi muốn anh chị em tin rằng nếu chúng ta tu dưỡng và biến cải lòng mình thành ra tấm lòng nhân từ, chúng ta sẽ ở trong tình yêu của Đức Chúa Trời, được dẫn dắt đến sự thành công và thịnh vượng, được vào nơi tốt hơn ở thiên đàng, và để tranh chiến chống lại tội lỗi và quăng xa chúng cho đến mức đổ huyết. Bấy giờ, hột giống đức tin thuộc linh sẽ được gieo vào lòng chúng ta và chúng ta có thể sanh rất nhiều bông trái.

**2) Kế đến, hột giống là sự cần thiết.**

Sau khi làm sạch ruộng, chúng ta phải gieo hột và giúp cho hột giống mọc lên. Người nông dân gieo nhiều loại hột giống khác nhau và thu hoạch được nhiều loại bông trái khác nhau như cải bắp, rau diếp, bí ngô, đậu xanh, đậu đỏ và những thứ tương tự.

Cũng vậy, chúng ta phải gieo nhiều loại hột giống khác nhau vào đám ruộng của lòng mình. Lời Đức Chúa Trời bảo chúng ta hãy vui mừng luôn, cầu nguyện không thôi, dâng lời tạ ơn trong mọi sự, dâng trọn phần mười, giữ ngày Chúa đặng làm nên ngày thánh, và yêu thương. Khi những lời nầy của Đức Chúa Trời được gieo vào lòng chúng ta, chúng sẽ mọc lên, đâm chồi nẩy lộc, và sanh ra bông trái thuộc linh. Chúng ta sẽ có thể sống theo lời Đức Chúa Trời và có được đức tin thuộc linh.

**3) Nước và ánh sáng mặt trời là cần thiết.**

Để người nông dân thu hoạch được một vụ mùa trúng, thì chỉ việc làm sạch ruộng và chuẩn bị giống là chưa đủ. Nước và ánh sáng mặt trời cũng là những yếu tố cần thiết. Chỉ lúc nầy hột giống sẽ mới mọc lên và lớn khỏe được.

Nước tượng trưng cho điều gì?

Chúa Giê-su phán trong Giăng 4:14, *"Hễ ai uống nước ta sẽ cho, thì chẳng hề khát nữa. Nước ta cho sẽ thành một mạch nước trong người đó, văng ra cho đến sự sống đời đời."* Về thuộc linh, nước nói đến "Nước văng ra cho đến sự sống đời

đời," và nước hằng sống nói đến lời Đức Chúa Trời được chép trong Giăng 6:63, *"Những lời ta phán cùng các ngươi đều là thần linh và sự sống."* Bởi đó Chúa Giê-su có phán trong Giăng 6:53-55 rằng, *"Quả thật, quả thật, ta nói cùng các ngươi, nếu các ngươi không ăn thịt của Con người, cùng không uống huyết Ngài, thì chẳng có sự sống trong các ngươi đâu. Ai ăn thịt và uống huyết ta thì được sự sống đời đời; nơi ngày sau rốt, ta sẽ khiến người đó sống lại. Vì thịt ta thật là đồ ăn, huyết ta thật là đồ uống."* Vì vậy, chỉ khi chúng ta chăm chỉ đọc, lắng nghe và suy gẫm lời Đức Chúa Trời và cầu nguyện tha thiết với điều ấy, chúng ta sẽ có thể bước đi trên con đường sự sống đời đời và có được đức tin thuộc linh.

Kế đến, ánh sáng mặt trời có ý nghĩa gì?

Áng sáng mặt trời giúp hột giống mọc tốt và lớn khỏe. Đồng thể ấy, nếu lời Đức Chúa Trời đi vào lòng chúng ta, bấy giờ lời ấy là sự sáng xua tan tăm tối khỏi lòng mình. Nó thanh tẩy lòng chúng ta khiến cho trở nên như một đám ruộng tốt. Vậy, chúng ta có thể có được đức tin thuộc linh cho đến khi ánh sáng lẽ thật chiếu vào lòng chúng ta.

Qua dụ ngôn về công việc đồng áng, chúng ta học được rằng chúng ta phải dọn sạch đám ruộng lòng mình, chuẩn bị hột giống tốt, cung cấp nước và ánh sáng mặt trời thích hợp khi hột giống đức tin được gieo ra. Kế đến, chúng ta hãy cách gieo hột giống đức tin và làm cho chúng lớn lên.

## 2. Cách Gieo và Làm Cho Hột Giống Đức Tin Lớn Lên

1) Trước hết, chúng ta phải gieo hột giống đức tin theo cách của Đức Chúa Trời.

Tùy theo từng loại giống mà người nông dân gieo theo những cách khác nhau. Một số hột giống được gieo sâu, trong khi đó một số khác thì được gieo cạn hơn. Tương tự như vậy, chúng ta cũng phải thay đổi cách gieo hột giống đức tin bằng lời của Đức Chúa Trời. Ví dụ, khi chúng ta gieo ra sự cầu nguyện, chúng ta phải kêu khóc với tấm lòng thành thật và thường xuyên quỳ gối như lời Chúa đã nói. Chỉ khi đó chúng ta sẽ mới có thể nhận được sự đáp lời của Đức Chúa Trời (Lu-ca 22:39-46).

2) Thứ hai, chúng ta phải gieo bởi đức tin.

Như người nông dân siêng năng và nhiệt thành khi đem giống ra gieo, vì tin rằng mình sẽ gặt được, chúng ta phải gieo hột giống đức tin – lời Đức Chúa Trời – với vui mừng và hy vọng rằng Đức Chúa Trời sẽ cho chúng ta gặt được vụ mùa bội thu. Vì vậy, trong 2 Cô-rinh-tô 9:6-7, Ngài khích lệ chúng ta rằng, *"Hãy biết rõ điều đó, hễ ai gieo ít thì gặt ít, ai gieo nhiều thì gặt nhiều. Mỗi người nên tùy theo lòng mình đã định mà quyên ra, không phải phàn nàn hay là vì ép uổng; vì Đức Chúa Trời yêu kẻ dâng của cách vui lòng."*

Có luật đời nầy và có luật thiêng thượng nói rằng chúng ta sẽ gặt những gì mình gieo ra. Vậy, cho đến khi đức tin chúng ta lớn lên, thì đám ruộng lòng mình sẽ trở nên tốt hơn. Khi ấy chúng ta gieo nhiều thì gặt nhiều. Thế thì, bất kỳ loại hột giống nào chúng ta gieo ra phải bởi đức tin mà gieo trong sự vui mừng và tạ ơn hầu cho chúng ta có thể thu hoạch bông trái dư dật.

3) Thứ ba, chúng ta phải quan tâm hết mực đến những hột giống đã mọc rồi.

Sau khi người nông dân đã làm đất và gieo giống xong, thì phải tưới nước cho cây đúng kỳ, ngăn ngừa sâu bọ, côn trùng làm hại bằng cách phun thuốc trừ sâu, liên tục bón phân cho ruộng, và nhổ sạch cỏ. Nếu không như vậy, chúng sẽ khô héo đi mà không thể lớn lên được. Khi lời Đức Chúa Trời được gieo ra, nó cũng cần được trưởng dưỡng, không cho kẻ thù ma quỉ và Sa-tan đến gần. Người ta phải nuôi dưỡng nó bằng sự cầu nguyện tha thiết, gìn giữ nó với lòng vui mừng và tạ ơn, tham dự các buổi thờ phượng, chia sẻ trong mối thông công giữa những người tin Chúa, đọc và nghe lời Chúa và phục vụ. Bấy giờ hột giống đã được gieo ra có thể mọc lên, trổ hoa và kết trái.

## 3. Tiến Trình Trổ Hoa và Kết Trái

Nếu người nông dân không quan tâm đến hột giống sau khi đã gieo ra, sâu bọ sẽ ăn mất, và cỏ dại mọc lên, không cho hột giống mọc lên và sanh bông trái. Người nông dân không nên mệt mỏi về công việc mình song phải bền lòng nuôi dưỡng cây non lớn lên cho đến mùa thu hoạch thì sẽ gặt hái được nhiều bông trái. Khi đến kỳ, hột giống mọc và lớn lên, trổ hoa, và cuối cùng qua công việc của ong, bướm mà kết trái. Khi trái chín, thì người nông dân có thể vui mừng mà thu hoạch lấy những trái tốt lành đó. Thật vui mừng biết bao khi tất cả những công khó và sự bền lòng của mình đã trở nên những bông trái tốt đẹp và có giá trị với vụ mùa một trăm, sáu mươi, hay ba mươi lần những gì mình đã gieo ra!

1) Thứ nhất, sự trổ hoa thuộc linh.

'Hột giống đức tin lớn lên và trổ hoa thuộc linh' có ý nghĩa gì? Nếu những bông hoa trổ ra, thì chúng sẽ tỏa hương thơm, và hương thơm đó khiến cho ong bướm kéo đến. Giống như vậy, khi chúng ta gieo hột giống của lời Đức Chúa Trời vào đám ruộng lòng chúng ta và chúng được quan tâm đến, cho đến khi chúng ta sống theo lời Chúa chúng ta có thể trổ hoa thuộc linh và tỏa hương thơm Đấng Christ. Ngoài ra chúng ta còn có thể làm ánh sáng và muối của thế gian hầu cho nhiều người thấy công việc tốt đẹp của chúng ta mà ngợi khen Cha chúng ta trên trời (Ma-thi-ơ 5:16).

Nếu chúng ta tỏa hương thơm Đấng Christ, kẻ thù ma quỉ sẽ bị đánh đuổi và chúng ta có thể tôn vinh Đức Chúa Trời trong nhà mình, trong công việc làm ăn, và nơi công sở. Hoặc ăn, hoặc uống hay làm bất kỳ điều gì, chúng ta cũng có thể làm vinh hiển Đức Chúa Trời. Kết quả chúng ta có thể sanh bông trái của sự truyền bá phúc âm, hoàn thành vương quốc và sự công chính của Đức Chúa Trời, và biến đổi thành con người thuộc linh bởi việc làm sạch đám ruộng lòng mình để biến đổi nó thành ruộng tốt.

**2) Kế đến, trái được sanh ra và chín.**

Sau khi những bông hoa trổ ra, thì trái cũng bắt đầu được sanh ra và khi trái chín, người nông dân thu hoạch chúng. Nếu áp dụng điều nầy cho đức tin của mình, chúng ta có thể sanh ra loại trái nào? Chúng ta có thể sanh nhiều loại trái của Thánh Linh kể cả chín bông trái Thánh Linh được ghi trong Ga-la-ti 5:22-23, những trái phước hạnh trong Ma-thi-ơ 5, và trái của tình yêu thiêng liêng như có chép trong 1 Cô-rinh-tô 13.

Qua việc đọc Kinh thánh và lắng nghe lời của Đức Chúa Trời, chúng ta có thể xét lại mình để biết mình có trổ hoa và sanh trái hay không, và trái chín như thế nào. Khi trái đã chín muồi chúng ta có thể thu hoạch và hưởng chúng nếu cần. Thi thiên 37:4 nói rằng, *"Hãy khoái lạc nơi Đức Giê-hô-va, Thì Ngài sẽ ban cho ngươi điều lòng mình ao ước."* Chẳng khác nào việc gởi hàng triệu đô vào tài khoản và người ta sẽ sử dụng tiền ấy một cách tùy ý theo như họ muốn.

**3) Cuối cùng, chúng ta sẽ gặt tùy theo mình đã gieo.**

Hễ khi đến mùa, người nông dân thu hoạch những gì mình đã gieo, và hàng năm anh ta đều làm như vậy. Ở đây sản lượng vụ mùa sẽ khác nhau tùy theo số lượng mà người nông dân đã gieo ra và tùy theo mức độ nhiệt thành và trung tín mà người ấy đã dành cho những hột giống đã được gieo ra.

Nếu gieo trong sự cầu nguyện, tâm linh chúng ta sẽ thạnh vượng, còn nếu chúng ta gieo trong sự trung tín và phục vụ, chúng ta sẽ được vui hưởng sự khỏe mạnh trong tâm linh và thân thể. Nếu siêng năng gieo về tài chánh, chúng ta sẽ vui hưởng phước hạnh về tài chánh để giúp đỡ kẻ nghèo và làm việc thiện theo ý muốn chúng ta. Đức Chúa Trời phán hứa trong Ga-la-ti 6:7, *"Chớ hề dối mình; Đức Chúa Trời không chịu khinh dể đâu; vì ai gieo giống chi, lại gặt giống ấy."*

Nhiều chỗ trong Kinh Thánh xác nhận lời hứa nầy của Đức Chúa Trời nói rằng người ta sẽ gặt những gì mình gieo. Trong Các vua thứ nhất chương mười bảy, có câu chuyện về người bà hóa sống tại Sa-rép-ta. Vì cớ chẳng có mưa trong xứ nên các khe nước đều khô cạn, bà và con trai đang sắp chết đói. Nhưng bà đã gieo ra một nắm bột trong vò và một chút dầu trong bình cho Ê-li, người của Đức Chúa Trời. Lúc bấy giờ thức ăn qúy hơn vàng, nếu chẳng có đức tin thì bà không thể làm được việc nầy. Bà tin cậy vào lời Đức Chúa Trời đã được phán hứa qua Tiên tri Ê-li, nên đã gieo ra bởi đức tin. Để đáp lại đức tin đó, Đức Chúa Trời đã ban ơn cho bà cách lạ lùng, để rồi hai mẹ con bà cùng Ê-li đã có thể ăn cho đến cuối cùng khi cơn đói kém qua đi (1 Các vua 17:8-16).

Mác 12:41-44 nói với chúng ta về người bà góa đã bỏ hai đồng xu vào thùng tiền dâng, hai đồng ấy có giá trị bằng một xu. Khi Chúa Giê-su khen ngợi việc làm nầy của bà, thì bà đã nhận được sự chúc phước lớn biết dường nào!

Đức Chúa Trời đã ban ra luật thiên thượng và bảo rằng chúng ta sẽ gặt những gì mình gieo. Song tôi khuyên anh chị em hãy nhớ rằng nếu chúng ta muốn gặt những gì mình chẳng gieo thì ấy là chúng ta khinh dể Đức Chúa Trời. Chúng ta phải tin rằng Đức Chúa Trời sẽ cho chúng ta gặt một trăm, sáu mươi, hay ba mươi lần hơn những gì mình gieo.

Qua dụ ngôn về người nông dân, chúng ta đã xem cách gieo hột giống đức tin và cách làm cho nó lớn lên để có được đức tin thuộc linh. Tôi mong sao anh chị em cải tạo đám ruộng lòng mình và làm cho trở nên ruộng tốt. Gieo giống đức tin và nuôi dưỡng chúng. Vì vậy, chúng ta phải gieo càng nhiều càng tốt và làm cho chúng lớn lên bởi đức tin và hy vọng, cùng sự kiên nhẫn hầu cho được ban phước một trăm, sáu mươi, hoặc ba mươi lần. Khi đến kỳ, chúng ta sẽ gặt lấy thành quả và dâng vinh hiển lớn lên cho Đức Chúa Trời.

Nguyện mỗi một anh chị em tin hết mọi lời của Chúa được chép trong Kinh Thánh và gieo giống đức tin tùy theo sự dạy dỗ của lời Ngài hầu cho chúng ta có thể sanh nhiều bông trái, tôn vinh Đức Chúa Trời và vui hưởng mọi thứ phước hạnh!

# Chương 5

## "'Nếu Thầy Làm Được?' Mọi Sự Đều Được Cả!"

Đức Chúa Jêsus hỏi cha nó rằng:
Điều đó xảy đến cho nó đã bao lâu?
Người cha thưa rằng: Từ khi nó còn nhỏ.
Quỉ đã lắm phen quăng nó trong lửa và dưới nước,
để giết nó đi; nhưng nếu thầy làm được việc gì,
xin thương xót chúng tôi và giúp cho!
Đức Chúa Jêsus đáp rằng: Sao ngươi nói: Nếu thầy làm được?
Kẻ nào tin thì mọi việc đều được cả.
Tức thì cha đứa trẻ la lên rằng:
Tôi tin; xin Chúa giúp đỡ trong sự không tin của tôi!
Khi Đức Chúa Jêsus thấy dân chúng chạy đến đông,
thì Ngài quở trách tà ma và phán cùng nó rằng:
Hỡi quỉ câm và điếc, ta biểu mầy phải ra khỏi đứa trẻ nầy,
đừng ám nó nữa. Quỉ bèn la lớn tiếng lên,
vật đứa trẻ mạnh lắm mà ra khỏi;
đứa trẻ trở như chết vậy, nên nỗi nhiều người nói rằng:
Nó chết rồi. Nhưng Đức Chúa Jêsus nắm tay nó,
nâng lên thì nó đứng dậy.

---

Mác 9:21-27

Con người tích lũy kinh nghiệm qua những ấn tượng mà họ đã trải nghiệm kể cả vui, buồn, đau đớn. Nhiều người trong họ đôi khi gặp phải và khốn khổ với những nan đề nghiêm trọng đến mức họ không thể giải quyết bằng nước mắt và sự chịu đựng, hay sự giúp đỡ từ những người khác.

Ấy là những nan đề của những căn bệnh không thể chữa trị được bằng y học hiện đại; những nan đề về tinh thần từ những căng thẳng của cuộc sống mà không thể nào tháo gỡ được bằng bất kỳ biện pháp triết học hay tâm lý nào; những nan đề về gia đình và con cái là thứ không thể giải quyết được bằng sự giàu có; những nan đề trong công việc làm ăn và tài chánh là thứ không thể thỏa mãn được bằng bất kỳ nỗ lực nào. Và bảng liệt kê cứ kéo dài. Ai có thể giải quyết được hết những nan đề này?

Trong Mác 9:21-27, chúng ta thấy có cuộc nói chuyện giữa Chúa Giê-su với người cha của đứa trẻ bị quỉ ám. Đứa trẻ bị đau đớn trầm trọng từ bệnh câm-điếc và động kinh. Nó thường tự quăng mình trong lửa và dưới nước vì cớ chứng quỉ ám này. Hễ khi nào ma quỉ bắt nó, chúng vật mạnh nó, nó ngã xuống đất, rồi lăn lóc nghiến răng và sôi bọt miếng ra.

Bấy giờ chúng ta hãy xem người cha đó đã nhận được giải pháp cho nan đề từ Chúa Giê-su như thế nào.

## 1. Chúa Giê-su Quở Trách Người Cha về Sự Vô Tín của Ông

Đứa trẻ bị điếc và câm từ lúc mới sinh nên nó không thể nghe được bất kỳ ai và gặp khó khăn nghiêm trọng trong việc làm cho người khác hiểu mình. Nó thường bị dày vò bởi chứng động kinh và tỏ triệu chứng ấy ra trong sự chấn động. Ấy là điều đã khiến người cha phải sống trong đau đớn và lo lắng mà chẳng có hy vọng gì trong cuộc sống.

Đến khi người cha nghe tin về Chúa Giê-su là Đấng đã khiến kẻ chết sống lại, chữa lành mọi bệnh tật, khiến người mù được thấy, và làm nhiều phép lạ. Tin tức đó đã gieo hy vọng vào lòng người cha. Ông nghĩ rằng, "Nếu Ngài có quyền phép như mình đã nghe, thì Ngài có thể chữa lành mọi bệnh tật cho con trai mình." Ông ta ngờ ngợ nghĩ rằng sự chữa lành cho con mình có thể có cơ hội. Với sự mong đợi nầy, ông đã đem con mình đến gặp Chúa Giê-su để cầu xin Ngài rằng, "Nếu thầy làm được việc gì, xin thương xót chúng tôi và giúp cho!"

Khi nghe vậy, Chúa Giê-su bèn quở trách sự vô tín ấy mà nói cùng người rằng "Sao ngươi nói: Nếu thầy làm được? Kẻ nào tin thì mọi việc đều được cả." Ấy là vì người cha đã nghe về Chúa Giê-su nhưng trong lòng mình chẳng có sự tin chắc về Ngài.

Nếu người cha tin rằng Chúa Giê-su là con của Đức Chúa Trời và là Đấng Toàn Năng, đối với Ngài chẳng có việc gì là không thể, và chính Ngài là Chân Lý, thì người đã chẳng bao giờ nói cùng Ngài rằng, "Nếu thầy làm được việc gì, xin thương xót chúng tôi và giúp cho!"

Nếu không có đức tin thì không thể nào ở cho đẹp ý Đức Chúa Trời, và nếu không có đức tin thuộc linh thì không thể nhận được sự đáp lời. Để người cha có thể nhận biết sự thật nầy, Ngài phán cùng người rằng, "Sao ngươi nói: Nếu thầy làm được?" và quở trách ông vì đã không tin trọn vẹn.

## 2. Làm Thế Nào để Có Đức Tin Trọn Vẹn

Khi chúng ta tin những gì không thể nhìn thấy được, đức tin của chúng ta có thể được Đức Chúa Trời chấp nhận, và đức tin ấy được gọi là 'đức tin thuộc linh,' 'đức tin thật,' 'đức tin sống,' hay 'đức tin có việc làm cặp theo.' Với đức tin nầy chúng ta có thể tin rằng sự vật được tạo dựng nên từ hư không. Vì đức tin là sự biết chắc vững vàng của những điều mình đương trông mong, là bằng cớ của những điều mình chẳng xem thấy (Hê-bơ-rơ 11:1-3).

Chúng ta phải tin trong lòng về con đường của thập tự giá, sự sống lại và sự trở lại của Chúa, sự sáng tạo của Đức Chúa Trời, và phép lạ. Chỉ khi ấy chúng ta mới có thể được xem là có đức tin trọn vẹn. Khi miệng mình xưng nhận đức tin nầy, ấy là đức tin thật.

Có ba điều kiện để có được đức tin trọn vẹn.

Trước hết, rào cản của tội lỗi chống nghịch Đức Chúa Trời

phải bị phá đổ. Nếu nhận thấy mình có rào cản tội lỗi, chúng ta phải phá đổ nó qua sự ăn năn. Ngoài ra, chúng ta còn phải tranh chiến chống lại tội lỗi mình cho đến mức đổ huyết và tránh mọi điều ác, không phạm đến bất kỳ một tội nào. Nếu chúng ta ghét tội lỗi đến mức cảm thấy không yên lòng chỉ với ý nghĩ về tội lỗi, và bóng dáng của tội lỗi cũng đã khiến cho chúng ta lo lắng bồn chồn, thì làm sao chúng ta dám phạm tội? Thay vì sống trong đời sống tội lỗi, chúng ta tìm đến tương giao với Đức Chúa Trời để có đức tin trọn vẹn.

Thứ hai, chúng ta phải làm theo ý muốn của Đức Chúa Trời. Để thực hiện ý muốn của Đức Chúa Trời, trước hết, chúng ta phải hiểu rõ ý muốn của Đức Chúa Trời là gì. Khi đó, không kể chúng ta ao ước cách riêng tư về điều gì, nhưng nếu đó không phải là ý muốn của Đức Chúa Trời, thì chúng ta chẳng nên làm. Mặt khác, cho dù bất kỳ là điều gì mà chúng ta không muốn làm, nhưng nếu đó là ý muốn của Đức Chúa Trời, thì chúng ta phải làm. Khi chúng ta hết lòng, thành thật, hết sức lực và sự khôn ngoan làm theo ý muốn của Chúa, thì Ngài sẽ ban cho chúng ta đức tin trọn vẹn.

Thứ ba, chúng ta phải làm đẹp lòng Đức Chúa Trời với tình yêu dành cho Ngài. Nếu chúng ta làm mọi sự vì sự vinh hiển của Đức Chúa Trời, hoặc ăn, hoặc uống hay làm bất kỳ điều gì, và nếu chúng ta làm đẹp lòng Đức Chúa Trời ngay cả việc hi sinh chính mình, chúng ta sẽ chẳng bao giờ bỏ lỡ việc có được đức tin thuộc linh. Ấy là đức tin làm những gì không thể trở nên có thể. Với đức tin trọn vẹn nầy, chúng ta không chỉ tin những điều thấy được và có thể để đạt tới bằng sức lực của mình, song cũng tin vào những gì không nhìn thấy và không thể làm được với khả năng của con người. Do đó, khi chúng ta xưng nhận đức tin trọn vẹn nầy, mọi sự không thể sẽ khiến cho trở nên có thể.

Vì vậy, lời Chúa phán rằng, "Kẻ nào tin thì mọi việc đều được cả." sẽ đến trên chúng ta và chúng ta có thể tôn vinh Ngài trong mọi sự chúng ta làm.

## 3. Kẻ Nào Tin Thì Mọi Việc Đều Được Cả

Khi chúng ta được ban cho đức tin trọn vẹn, không có gì là không thể đối với chúng ta, và chúng ta có thể nhận được giải pháp cho bất kỳ nan đề nào. Chúng ta có thể kinh nghiệm được quyền phép của Đức Chúa Trời là Đấng khiến cho điều không thể trở thành có thể trong những lãnh vực nào? Chúng ta hãy nhìn vào ba lãnh vực sau.

Lãnh vực thứ nhất trong ba lãnh vực ấy là nan đề về bệnh tật.

Giả sử chúng ta bị bệnh vì bị nhiễm vi khuẩn hay vi rút. Nếu chúng ta bày tỏ đức tin và được đầy dẫy Thánh Linh, lửa Thánh Linh sẽ thiêu đốt những bệnh tật đó và chúng ta được chữa lành. Cụ thể hơn, nếu chúng ta ăn năn tội lỗi mình và xoay khỏi chúng, chúng ta có thể được chữa lành qua sự cầu nguyện. Nếu chúng ta là người mới tin, chúng ta phải mở lòng mình để lắng nghe lời Đức Chúa Trời cho đến khi chúng ta có thể bày tỏ được đức tin của mình.

Kế đến, nếu chúng ta bị ảnh hưởng mạnh bởi những căn bệnh nghiêm trọng đến mức không thể chữa trị được bằng những liệu pháp y học, chúng ta phải bày tỏ chứng cứ của đức tin lớn. Chỉ khi chúng ta xé lòng mà ăn năn tội lỗi mình cách hoàn toàn và bám lấy Chúa qua sự cầu nguyện đầy nước mắt, thì chúng ta có thể được lành. Song đối với những kẻ yếu đức tin, hay những kẻ chỉ mới đến nhà thờ thì không thể được chữa lành cho đến khi họ được ban cho đức tin thuộc linh, và cho đến chừng nào đức ấy đến trên họ, công việc chữa lành sẽ đến trên họ một cách dần dần.

Cuối cùng, Lastly, thân thể dị dạng, không bình thường, què, điếc, tàn tật về thân thể cũng như tâm trí, và những nan đề về di truyền không thể được phục hồi nếu không bởi quyền phép của Đức Chúa Trời. Những kẻ khốn đốn với những tình trạng như vậy phải bày tỏ sự thành thật của mình trước mặt Đức Chúa Trời và chứng tỏ đức tin để yêu thương và làm đẹp ý Ngài hầu cho họ có thể được Đức Chúa Trời chấp nhận và bấy giờ công việc chữa lành sẽ xảy đến với họ bởi quyền phép của Đức Chúa Trời.

Những công việc chữa lành đó có thể xảy đến với họ chỉ khi họ bày tỏ việc làm của đức tin như cách mà kẻ ăn mày có tên Ba-ti-mê kêu lớn tiếng với Chúa Giê-su (Mác 10:46-52), một thầy đội bày tỏ đức tin lớn của mình (Ma-thi-ơ 8:6-13), và kẻ bại liệt cùng bốn người bạn mình đã chứng tỏ đức tin của họ trước

Chúa Giê-su (Mác 2:3-12).

**Lĩnh vực thứ hai là nan đề về tài chánh.**

Nếu chúng ta cố gắng giải quyết nan đề tài chánh bằng kiến thức, đường lối và kinh nghiệm của mình mà không có sự giúp đỡ của Đức Chúa Trời, thì nan đề chỉ có thể được giải quyết theo khả năng và sự cố gắng của chúng ta. Tuy nhiên, nếu chúng ta quăng xa tội lỗi mình, làm theo ý muốn của Đức Chúa Trời, và trao nan đề của chúng ta lên cho Đức Chúa Trời mà tin rằng Ngài sẽ dẫn dắt chúng ta đi trong đường lối Ngài, bấy giờ linh hồn chúng ta sẽ được thịnh vượng, mọi sự sẽ trở nên tốt đẹp và chúng ta vui hưởng một sức khỏe tốt. Hơn thế nữa, vì chúng ta sống trong sự dẫn dắt của Thánh Linh, chúng ta sẽ được Đức Chúa Trời ban phước cho.

Trong đời sống mình, Gia-cốp đã làm theo đường lối và sự khôn ngoan của ông cho đến khi người vật lộn với thiên sứ của Đức Chúa Trời tại Rạch Gia-bốc. Thiên sứ đụng vào khớp xương hông của Gia-cốp làm trật xương hông. Trong cuộc vật lộn với thiên sứ của Đức Chúa Trời nầy, người đã quy phục và trao hết mọi sự cho Đức Chúa Trời. Kể từ đó người đã nhận được phước hạnh về sự ở cùng của Đức Chúa Trời. Cũng giống như vậy, nếu chúng ta yêu mến Đức Chúa Trời, làm đẹp ý Ngài, vào trao hết mọi sự vào tay Ngài, thì mọi sự sẽ trở nên tốt đẹp với chúng ta.

**Thứ ba là cách nhận lãnh sức mạnh thuộc linh.**

Chúng ta thấy trong 1 Cô-rinh-tô 4:20 có nói rằng nước Đức Chúa Trời không bởi tại lời nói mà là quyền phép. Quyền phép đó trở nên lớn hơn khi chúng ta có được đức tin trọn vẹn. Quyền phép Đức Chúa Trời đến trên chúng ta một cách khác nhau tùy theo mức độ cầu nguyện, đức tin, và tình yêu của chúng ta. Những công việc về phép lạ của Đức Chúa Trời có mức độ cao hơn ân tứ chữa lành, chỉ có thể được thực hiện bởi những người nhận lãnh quyền phép của Đức Chúa Trời qua sự cầu nguyện và kiêng ăn.

Do đó, nếu chúng ta có được đức tin trọn vẹn, điều không thể sẽ trở nên có thể đối với chúng ta và chúng ta dạn dĩ xưng nhận rằng, "Mọi sự đều có thể được đối với những kẻ tin."

### 4. "Tôi tin; xin Chúa giúp đỡ trong sự không tin của tôi!"

Có một tiến trình cần thiết để chúng ta nhận được cách giải quyết cho bất kỳ nan đề nào.

Trước hết, để khởi sự tiến trình chúng ta phải xưng nhận tích cực ra môi miệng mình.

Có một người cha đã phải đau đớn lâu ngày vì cớ con trai mình bị quỉ ám. Khi người cha nghe tin về Chúa Giê-su, người đã khao khát trong lòng muốn được gặp Ngài. Sau đó người cha đã đem con mình đến gặp Chúa Giê-su với mong đợi rằng biết đâu sẽ có cơ hội để con mình có thể được chữa lành. Mặc dù không tin chắc, song người đã cầu xin Chúa Giê-su chữa lành cho con mình.

Chúa Giê-su quở trách người cha vì đã nói rằng, "Nếu thầy

làm được!" Nhưng ngay sau đó Ngài khích lệ ông mà rằng, *"Mọi sự đều có thể được đối với những kẻ tin"* (Mác 9:23). Trước sự khích lệ nầy, người cha kêu lên và nói rằng, *"Tôi tin; xin Chúa giúp đỡ trong sự không tin của tôi"* (Mác 9:23). Vậy, người đã xưng nhận tích cực trước mặt Chúa Giê-su.

Vì người đã nghe nói rằng đối với Chúa Giê-su thì mọi việc đều có thể, người hiểu trong trí và đã xưng nhận đức tin ấy ra môi miệng mình, song ấy chẳng phải là loại đức tin khiến người tin tự trong lòng. Cho dù người có thứ đức tin thuộc lý trí, sự xưng nhận tích cực của người ra từ sự thúc giục của đức tin thuộc linh và cho khiến người nhận được sự đáp lời.

**Kế đến, chúng ta phải có đức tin thuộc linh là thứ khiến chúng ta tin tự trong lòng mình.**

Người cha của đứa trẻ bị quỉ ám tha thiết mong muốn có được đức tin thuộc linh, ông đã thưa cùng Chúa Giê-su rằng, *"Tôi tin; xin Chúa giúp đỡ trong sự không tin của tôi!"* (Mác 9:23). Khi Chúa Giê-su nghe lời cầu xin của người cha, Ngài biết được tấm lòng chân thành, thành thật, và sự cầu xin tha thiết và đức tin của người, nên Ngài đã ban cho ông ta đức tin thuộc linh để khiến người tin trong lòng mình. Do đó, vì người cha đã có đức tin thuộc linh, Đức Chúa Trời đã giúp đỡ nên người đã được Ngài đáp lời.

Khi Chúa Giê-su truyền lệnh trong Mác 9:25, *"Hỡi quỉ câm và điếc, ta biểu mầy phải ra khỏi đứa trẻ nầy, đừng ám nó nữa,"* quỉ ấy liền ra khỏi.

Thật ra, cha của đứa trẻ không thể nhận được sự đáp lời của

Đức Chúa Trời với đức tin xác thịt là thứ được tích lũy như một sự hiểu biết. Song, ngay khi người nhận được đức tin thuộc linh, sự đáp lời của Đức Chúa Trời được ban ngay cho người.

Giai đoạn thứ ba trong tiến trình nầy là kêu lớn tiếng trong sự cầu nguyện cho đến giây phút cuối cùng nhận được sự đáp lời. Trong Giê-rê-mi 33:3, Đức Chúa Trời hứa cùng chúng ta rằng, *"Hãy kêu cầu ta, ta sẽ trả lời cho; ta sẽ tỏ cho ngươi những việc lớn và khó, là những việc ngươi chưa từng biết,"* còn trong Ê-xê-chi-ên 36:36, Ngài dạy chúng ta rằng, *"Bấy giờ các dân tộc còn sót lại xung quanh các ngươi sẽ biết rằng ta, Đức Giê-hô-va, đã cất lại nơi bị phá, trồng lại nơi bị hủy. Ta, Đức Giê-hô-va, đã phán lời đó, và sẽ làm thành."* Như đã nói trên, Đức Chúa Giê-su, các đấng tiên tri của Cựu ước, các môn đệ của Chúa Giê-su trong Tân ước đã kêu lớn tiếng và cầu nguyện với Đức Chúa Trời để được Ngài nhậm lời.

Đồng thể ấy, chỉ qua sự kêu cầu trong sự cầu nguyện chúng ta mới có thể nhận được đức tin khiến chúng ta tin tự lòng mình và chỉ qua đức tin thuộc linh đó chúng ta mới có thể nhận được sự đáp lời cho sự cầu nguyện và nan đề của mình. Chúng ta phải kêu cầu trong sự cầu nguyện cho đến khi nhận được sự đáp lời, bấy giờ sự không thể sẽ trở nên có thể cho chúng ta. Người cha của đứa trẻ bị quỉ ám đã có thể nhận lãnh được sự đáp lời vì ông đã kêu cầu đến Chúa Giê-su.

Câu chuyện về người cha có đứa con bị quỉ ám nầy cho chúng

ta một bài học quan trọng trong luật pháp của Đức Chúa Trời. Để chúng ta kinh nghiệm lời Chúa phán rằng, "Sao ngươi nói 'Nếu thầy có thể?' Mọi sự đều có thể đối với những kẻ tin," chúng ta phải biến đổi đức tin xác thịt của mình ra đức tin thuộc linh là đức tin giúp chúng ta có được đức tin trọn vẹn, đứng trên vầng đá, và chẳng hề nghi ngờ trong sự vâng phục.

Để tóm tắt tiến trình nầy, trước hết chúng ta phải có xưng nhận tích cực với đức tin xác thịt của mình là thứ đã được tích lũy như một sự hiểu biết. Kế đến chúng ta phải kêu cầu với Đức Chúa Trời trong sự cầu nguyện cho đến khi nhận được sự đáp lời. Và cuối cùng chúng ta phải nhận lãnh đức tin thuộc linh từ nơi cao là đức tin khiến cho chúng ta tin tự lòng mình.

Để đáp ứng được ba điều kiện nầy hầu cho nhận được những sự đáp lời trọn vẹn, trước hết chúng ta phải phá hủy bức tường tội lỗi nghịch lại Đức Chúa Trời. Kế đến, bày tỏ việc làm của đức tin cách thành thật. Rồi thì linh hồn chúng ta sẽ được thịnh vượng. Cho đến chừng chúng ta đáp ứng được ba điều kiện nầy, chúng ta sẽ được ban cho đức tin thuộc linh từ nơi cao và làm cho trở nên có thể từ những điều không thể.

Nếu chúng ta cố gắng tự giải quyết mọi việc thay vì trao chúng cho Đức Chúa Trời toàn năng, chúng ta sẽ gặp nan đề và khó khăn. Ngược lại, nếu chúng ta phá đổ những ý tưởng của loài người là thứ khiến chúng ta nghĩ đến điều không thể và trao mọi sự cho Đức Chúa Trời, Ngài sẽ làm mọi sự cho chúng ta. Vậy, có điều gì là không thể?

Những ý nghĩ xác thịt thù nghịch với Đức Chúa Trời (Rô-ma 8:7). Chúng ngăn trở không cho chúng ta tin và khiến chúng ta làm buồn lòng Đức Chúa Trời bằng những xưng nhận tiêu cực. Chúng giúp Sa-tan mang đến những cáo buộc chống lại chúng ta cũng như khiến xảy đến thử thách, hoạn nạn và khó khăn trên chúng ta. Thế thì, chúng ta phải đánh đổ những ý tưởng xác thịt nầy. Bất kỳ nan đề nào mà chúng ta đang gặp phải, kể cả những nan đề về tâm linh, công việc, bệnh tật, và gia đình, chúng ta phải trao chúng vào cánh tay của Đức Chúa Trời. Chúng ta phải nương cậy Đức Chúa Trời toàn năng, tin rằng Ngài sẽ làm cho có thể từ những điều không thể, và bởi đức tin mà phá đổ mọi ý tưởng xác thịt.

Khi chúng ta nói lời xưng nhận tích cực rằng "Tôi tin," và cầu nguyện với Đức Chúa Trời tự lòng mình, Đức Chúa Trời sẽ ban cho chúng ta đức tin thật lòng, với đức tin nầy Ngài sẽ cho chúng ta nhận sự đáp lời cho bất kỳ nan đề nào để tôn vinh Ngài. Một đời sống như vậy thật phước hạnh biết dường nào!

Nguyện mỗi chúng ta chỉ sống trong đức tin để đạt được nước Đức Chúa Trời và sự công chính của Ngài, để hoàn thành Đại Mạng Lệnh rao truyền phúc âm cho thế gian, và thực hiện ý muốn mà Đức Chúa Trời đã giao phó cho chúng ta, làm cho điều không thể trở nên có thể như một người lính của thập giá, và chiếu rọi ánh sáng của Đấng Christ. Trong danh Chúa Giê-su Christ tôi dâng lời cầu nguyện!

# Chương 6

# Đa-ni-ên chỉ
# Nhờ Cậy Đức Chúa Trời

Bấy giờ Đa-ni-ên tâu cùng vua rằng:
Hỡi vua, chúc vua sống đời đời! Đức Chúa Trời
tôi đã sai thiên sứ Ngài, và bịt miệng các sư tử,
nên chúng nó không làm hại chi đến tôi,
bởi tôi đã được nhận là vô tội trước mặt Ngài.
Hỡi vua, đối với vua cũng vậy,
tôi chẳng từng làm hại gì.
Bấy giờ vua mừng rỡ lắm,
và truyền đem Đa-ni-ên lên khỏi hang.
Vậy Đa-ni-ên được đem lên khỏi hang,
và người ta không thấy một vết tích nào trên người,
bởi người đã nhờ cậy Đức Chúa Trời mình.

Đa-ni-ên 6:21-23

Từ khi còn nhỏ, Đa-ni-ên đã bị bắt làm nô lệ tại Ba-by-lôn. Nhưng về sau, Đa-ni-ên đã nhận được ân sủng của vua và được đặt vào vị trí thứ hai sau vua. Vì người yêu mến Đức Chúa Trời trên hết mọi sự, Ngài đã phú cho người sự hiểu biết và thông sáng trong mọi vấn đề cùng sự khôn ngoan. Đa-ni-ên còn hiểu ngay cả mọi thứ khải tượng và giấc mơ. Người là một chính khách và là một nhà tiên tri bày tỏ quyền phép của Đức Chúa Trời.

Suốt đời mình, Đa-ni-ên chẳng bao giờ thỏa hiệp với thế gian trong sự hầu việc Đức Chúa Trời. Người đã vượt qua mọi gian nan thử thách với đức tin tuẫn đạo và tôn vinh Đức Chúa Trời với những đại thắng của đức tin. Chúng ta phải làm gì để có được đức tin như đức tin của Đa-ni-ên?

Chúng ta hãy nhìn sâu vào lý do tại sao Đa-ni-ên, người có vị trí sau vua với tư cách của một quan trưởng ở Ba-by-lôn, đã bị quăng vào hang sư tử và làm thế nào để ông được sống sót trong hang sư tử mà không bị một vết trầy sướt nào trên người.

## 1. Đa-ni-ên, Người của Đức Tin

Vào thời Vua Rê-bô-am trị vì, Vương quốc Y-sơ-ra-ên bị chia làm hai – Vương Quốc Miền Nam thuộc Giu-đa và Vương Quốc Miền Bắc thuộc Y-sơ-ra-ên vì sự suy thoái của Vua Sa-lô-môn (1 Các vua 11:26-36). Những vua và dân tộc nào tuân theo mạng lệnh của Đức Chúa Trời thì sẽ được thịnh vượng, song những kẻ bất tuân luật pháp Đức Chúa Trời thì sẽ bị hủy diệt.

Vào năm 722 trước công nguyên (B.C.) Vương Triều Y-sơ-ra-ên bị sụp đổ dưới sự tấn công của A-si-ri. Lúc bấy giờ rất nhiều người bị bắt làm phu tù. Vương Triều Miền Nam của Giu-đa cũng bị xâm lược nhưng không bị phá hủy.

Về sau, Vua Nê-bu-cát-nết-sa tấn công Vương Triều Miền Nam của Giu-đa, trong lần tấn công thứ ba, thành Giê-ru-sa-lem bị sụp đổ và đền thờ của Đức Chúa Trời bị phá hủy. Ấy là vào năm 586 trước công nguyên (B.C.).

Vào năm thứ ba của triều đại Giê-hô-gia-kim, vua của Giu-đa, Nê-bu-cát-nết-sa, vua của Ba-by-lôn đã kéo đến Giê-ru-sa-lem và vây hãm nó. Lần tấn công thứ nhất, Vua Nê-bu-cát-nết-sa đã trói Vua Giê-hô-gia-kim bằng một sợi dây xích đồng để mang người sang Ba-by-lôn, đồng thời cũng mang nhiều vật phẩm khác của nhà Đức Chúa Trời sang Ba-by-lôn.

Đa-ni-ên nằm trong số gia đình hoàng gia và quý tộc đã bị bắt làm phu tù trước tiên. Họ sống nơi xứ Ngoại Bang, song Đa-ni-ên vẫn thành công trong khi phục dịch nhiều vua chúa – Nê-bu-cát-nết-sa, Bên-xát-sa, là những vua của Ba-by-lôn, Đa-ri-út và Si-ru là các vua của Ba-tư. Đa-ni-ên sống trong những xứ sở Ngoại Bang đã lâu ngày và phục vụ xứ ấy với tư cách của một trong những bậc cầm quyền sau vua. Song người đã bày tỏ đức tin mà bởi đó người đã chẳng thỏa hiệp với thế gian và sống một đời sống đắc thắng như một đấng tiên tri của Đức Chúa Trời.

Nê-bu-cát-nết-sa, vua của Ba-by-lôn truyền lệnh cho quan trưởng chọn lấy trong con cái Y-sơ-ra-ên, trong dòng vua, và trong hàng quan sang, mà đem đến mấy kẻ trai trẻ không có tật nguyền, mặt mày xinh tốt, tập mọi sự khôn ngoan, biết cách trí, đủ sự thông hiểu khoa học, có thể đứng chầu trong cung vua, và dạy cho học thức và tiếng của người Canh-đê. Vua định mỗi ngày ban cho họ một phần đồ ngon vua ăn và rượu vua uống, hầu cho khi đã nuôi họ như vậy ba năm rồi, thì họ sẽ đứng chầu trước mặt vua. Trong bọn đó có Đa-ni-ên (Đa-ni-ên 1:4-5).

Song Đa-ni-ên quyết định trong lòng rằng không chịu ô uế bởi đồ ngon vua ăn và rượu vua uống, nên cầu xin người làm đầu hoạn quan để đừng bắt mình phải tự làm ô uế (Đa-ni-ên 1:8). Đây là đức tin của Đa-ni-ên người muốn vâng giữ luật pháp của Đức Chúa Trời. Đức Chúa Trời khiến Đa-ni-ên được ơn và thương xót trước mặt người làm đầu hoạn quan (c. 9). Vậy, người giám thị cất phần đồ ăn ngon và rượu của họ, và cho họ ăn rau (c. 16).

Vì thấy được đức tin của Đa-ni-ên, Đức Chúa Trời ban cho bốn người trai trẻ đó được thông biết tỏ sáng trong mọi thứ học thức và sự khôn ngoan. Đa-ni-ên cũng biết được mọi sự hiện thấy và chiêm bao (c. 17). Khi vua hỏi họ những câu hỏi về mọi sự khôn ngoan sáng suốt, thì thấy họ giỏi hơn gấp mười những đồng bóng và thuật sĩ trong cả nước mình (c. 20).

Về sau vua Nê-bu-cát-nết-sa thấy chiêm bao, thì trong lòng bối rối và mất ngủ. Và không một người nào trong số những người Canh-đê có thể thông giải được chiêm bao của vua. Song bởi quyền năng và sự khôn ngoan của Đức Chúa Trời, Đa-ni-ên đã thông giải được chiêm bao nầy. Vua bèn tôn Đa-ni-ên lên sang trọng và ban cho người nhiều lễ vật trọng. Vua lập người cai trị cả tỉnh Ba-by-lôn, và làm đầu các quan cai những bác sĩ của Ba-by-lôn (Đa-ni-ên 2:46-48).

Không chỉ trong triều đại của Nê-bu-cát-nết-sa vua của Ba-by-lôn, mà còn trong triều đại của Bên-xát-sa, Đa-ni-ên cũng đã dành được ân huệ và được công nhận. Vua Bên-xát-sa đã ban sắc lệnh công bố rằng Đa-ni-ên là một bậc cầm quyền đứng hàng thứ ba trong vương triều. Khi vua Bên-xát-sa bị giết và Đa-ri-út lên làm vua, Đa-ni-ên vẫn còn được ở trong ân huệ của vua nầy.

Vua Đa-ri-út ưng đặt trong nước một trăm hai mươi quan trấn thủ, để chia nhau trị cả nước, và trên họ có ba quan thượng thơ, mà một là Đa-ni-ên. Các quan trấn thủ phải khai trình với ba quan đó, hầu cho vua khỏi chịu một sự tổn hại nào. Vả, Đa-ni-ên lại trổi hơn hai quan thượng thơ kia và các quan trấn thủ, vì người có linh tánh tốt lành; thì vua định lập người trên cả nước.

Các quan thượng thơ và trấn thủ bèn tìm cớ kiện Đa-ni-ên về việc nước; nhưng họ không thể tìm được một cớ nào, hay một sự xấu nào của người, bởi người là trung thành, trong người chẳng có điều lỗi và cũng chẳng có sự xấu. Vậy những người đó nói rằng: Chúng ta không tìm được một cớ nào mà cáo Đa-ni-ên nầy, nếu chúng ta chẳng tìm trong sự thuộc về luật pháp Đức Chúa Trời nó. Các quan thượng thơ và trấn thủ đó bèn vào chầu vua và tâu rằng: Hỡi vua Đa-ri-út, chúc vua sống đời đời! Hết thảy các quan thượng thơ trong nước, các quan lãnh binh, các quan trấn thủ, các quan nghị viên và các đại thần đều đồng tình xin vua ra chỉ dụ, lập một cấm lệnh nghiêm nhặt trong ba mươi ngày, hễ ai cầu xin thần nào hay một người nào ngoài vua, thì, hỡi vua, kẻ ấy sẽ phải quăng vào hang sư tử. Bây giờ, hỡi vua, hãy lập điều cấm đó và ký tên vào, hầu cho không đổi thay đi, theo như luật pháp của người Mê-đi và người Phe-rơ-sơ, không thể đổi được. Vậy vua Đa-ri-út bèn ký tên lập cấm lệnh đó.

Khi Đa-ni-ên nghe rằng chỉ dụ đó đã ký tên rồi, thì về nhà mình (những cửa sổ của phòng người thì mở về hướng Giê-ru-sa-lem). Tại đó, cứ một ngày ba lần, người quì gối xuống, cầu nguyện, xưng tạ trước mặt Đức Chúa Trời mình, như vẫn làm khi trước (Đa-ni-ên 6:10). Đa-ni-ên biết rằng nếu phạm đến cấm lệnh nầy thì bị ném vào hang sư tử, song người đã quyết định tuẫn đạo và một mình phụng sự Đức Chúa Trời.

Ngay cả đương khi bị câu thúc tại Ba-by-lôn, Đa-ni-ên vẫn luôn nhớ đến ân huệ của Đức Chúa Trời và hết lòng yêu mến Ngài, cứ mỗi ngày ba lần ông đã quỳ gối cầu nguyện và dâng lời tạ ơn Ngài một cách thường xuyên. Ông là người có đức tin mạnh mẽ, chẳng bao giờ thỏa hiệp với thế gian trong sự hầu việc Đức Chúa Trời.

## 2. Đa-ni-ên Bị Ném Vào Hang Sư Tử

Những kẻ đố kỵ với Đa-ni-ên nhóm lại, thấy Đa-ni-ên đương cầu nguyện nài xin trước mặt Đức Chúa Trời mình. Bấy giờ họ đến trước mặt vua để tâu về chỉ dụ mà vua đã lập. Cuối cùng thì vua đã nhận ra rằng người ta đã thỉnh cầu người để lập định chỉ dụ chẳng phải vì cớ vua mà là để thực hiện mưu chước trừ khử Đa-ni-ên của chính họ, khiến vua hết sức ngạc nhiên. Nhưng vì vua đã ký vào chỉ dụ đó rồi và đã công bố lệnh ban hành nó, nên người không thể tự mình hủy bỏ được.

Khi vua vừa nghe những lời đó, thì lấy làm buồn bã lắm; vua định lòng giải cứu Đa-ni-ên. Nhưng các người đó nhóm lại để thúc ép vua thi hành chỉ dụ, vua chẳng còn lựa chọn nào khác mà phải đành lòng thực hiện chỉ dụ đó.

Bấy giờ vua bị ép buộc phải truyền điệu Đa-ni-ên đến, và phải ném người vào hang sư tử. Người ta bèn đem đến một hòn đá chận nơi cửa hang, và vua đóng ấn mình cùng ấn các đại thần nữa, hầu cho không có điều gì thay đổi được về Đa-ni-ên.

Sau đó, vua trở về cung mình, và suốt đêm kiêng ăn, cũng không đem bạn nhạc đến trước mặt mình, và vua không ngủ được. Đoạn, vua dậy sớm, khi hừng sáng, vội vàng đi đến hang sư tử. Theo lẽ đương nhiên về điều đã xảy đến khi Đa-ni-ên bị ném vào hang sư tử đói, ấy là người đã bị chúng ăn thịt. Nhưng vua đã vội vàng đi đến hang sư tử với hy vọng rằng người có thể còn sống sót.

Thời bấy giờ có rất nhiều tội phạm bị kết án ném vào hang sư tử. Nhưng làm thế nào để Đa-ni-ên có thể thắng được những con sư tử đói để sống sót? Vị vua đã nghĩ trong tâm trí mình rằng Đức Chúa Trời mà Đa-ni-ên đã phụng sự có thể cứu được người, nên vua đã đến gần hang sư tử, lấy giọng rầu rĩ mà kêu

Đa-ni-ên; vua cất tiếng nói cùng Đa-ni-ên rằng: "Hỡi Đa-ni-ên, tôi tớ Đức Chúa Trời hằng sống! Đức Chúa Trời ngươi mà ngươi hằng hầu việc, có thể giải cứu ngươi khỏi sư tử được chăng?"

Vua hết sức ngạc nhiên khi nghe giọng của Đa-ni-ên vọng ra từ hang sư tử. Đa-ni-ên thưa cùng vua rằng, *"Hỡi vua, chúc vua sống đời đời! Đức Chúa Trời tôi đã sai thiên sứ Ngài, và bịt miệng các sư tử, nên chúng nó không làm hại chi đến tôi, bởi tôi đã được nhận là vô tội trước mặt Ngài. Hỡi vua, đối với vua cũng vậy, tôi chẳng từng làm hại gì"* (Đa-ni-ên 6:21-22).

Bấy giờ vua mừng rỡ lắm, và truyền đem Đa-ni-ên lên khỏi hang. Vậy Đa-ni-ên được đem lên khỏi hang, và người ta không thấy một vết tích nào trên người. Thật là một sự đáng kinh ngạc biết dường nào! Đây là một khải hoàn kỳ diệu được thực hiện bởi đức tin của Đa-ni-ên là kẻ đã tin cậy Đức Chúa Trời! Vì Đa-ni-ên đã tin cậy Đức Chúa Trời toàn năng, người đã được bảo toàn mạng sống giữa bầy sư tử đói và bày tỏ sự vinh hiển của Đức Chúa Trời ngay cả cho Dân Ngoại.

Theo lệnh vua, những kẻ đã kiện Đa-ni-ên ấy cùng con cái và vợ họ đều bị điệu đến quăng vào hang sư tử. Khi họ chưa đến dưới đáy hang, thì những sư tử đã vồ lấy và xé xương hết thảy (Đa-ni-ên 6:24). Bấy giờ, vua Đa-ri-út viết cho hết thảy các dân, các nước, các thứ tiếng ở khắp trên đất để họ kính sợ Đức Chúa Trời và biết tỏ cho họ biết về Đức Chúa Trời.

Vua công bố cùng họ rằng, *"Nguyền cho sự bình an các*

*ngươi được thêm lên! Ta ban chiếu chỉ rằng, trong khắp miền nước ta, người ta phải run rẩy kính sợ trước mặt Đức Chúa Trời của Đa-ni-ên; vì Ngài là Đức Chúa Trời hằng sống và còn đời đời. Nước Ngài không bao giờ bị hủy diệt, và quyền Ngài sẽ còn đến cuối cùng. Ngài cứu rỗi và giải thoát, làm những dấu lạ sự lạ ở trên trời dưới đất, đã cứu Đa-ni-ên khỏi quyền thế sư tử"* (Đa-ni-ên 6:26-27).

Chiến thắng bởi đức tin nầy thật kỳ diệu biết bao! Sự nầy là vì ở Đa-ni-ên người ta chẳng tìm thấy một tội lỗi nào và người đã trọn lòng nương cậy Đức Chúa Trời. Nếu chúng ta làm theo lời Đức Chúa Trời và ở trong tình yêu của Ngài, thì cho dù chúng ta ở trong điều kiện hay hoàn cảnh nào, Đức Chúa Trời cũng sẽ lo liệu cho chúng ta con đường để thoát khỏi và khiến cho chúng ta được khải hoàn.

### 3. Đa-ni-ên, Người Thắng Cuộc bởi Đức Tin Lớn

Đa-ni-ên đã có loại đức tin nào mà người đã có thể dâng lên Đức Chúa Trời một vinh hiển lớn như vậy? Chúng ta hãy nhìn vào loại đức tin mà Đa-ni-ên đã có hầu cho chúng ta có thể vượt qua mọi thử thách và hoạn nạn để bày tỏ sự vinh hiển của Đức Chúa Trời hằng sống cho nhiều người.

Trước hết, Đa-ni-ên chẳng hề thỏa hiệp đức tin mình với bất kỳ một điều gì của thế gian.

Người chịu trách nhiệm điều hành những công việc chung như một trong những trấn thủ của Ba-by-lôn, và cũng ý thức được rằng mình sẽ bị ném vào hang sư tử nếu như phải phạm đến cấm luật. Song ngươi chẳng làm theo ý nghĩ và sự khôn ngoan của con người. Người chẳng hề e sợ những kẻ đã bày mưu tính kế chống lại mình. Người quì gối cầu nguyện với Đức Chúa Trời như vẫn thường làm. Nếu làm theo ý tưởng của con người, trong 30 ngày kể từ khi cấm lệnh có hiệu lực, hẳn người đã không còn cầu nguyện với Đức Chúa Trời hay cầu nguyện trong phòng kín nữa. Tuy nhiên Đa-ni-ên đã chẳng hề làm vậy. Người đã chẳng tìm cách bảo toàn mạng sống mình, cũng chẳng thỏa hiệp với thế gian. Người chỉ giữ đức tin mình với tình yêu dành cho Đức Chúa Trời.

Thật ra, ấy là vì người có đức tin tuẫn đạo, nên khi biết rằng chỉ dụ đó đã ký tên rồi,, thì về nhà mình (những cửa sổ của phòng người thì mở về hướng Giê-ru-sa-lem). Tại đó, cứ một ngày ba lần, người quì gối xuống, cầu nguyện, xưng tạ trước mặt Đức Chúa Trời mình, như vẫn làm khi trước.

**Thứ hai, Đa-ni-ên đã có đức tin khiến người chẳng thôi cầu nguyện.**

Khi sa vào tình huống phải chuẩn bị cho cái chết của mình, người vẫn cầu nguyện với Đức Chúa Trời như vẫn thường làm. Người chẳng phạm tội cùng Đức Giê-hô-va mà thôi cầu nguyện (1 Sa-mu-ên 12:23).

Cầu nguyện là hơi thở của tâm linh chúng ta, vì vậy chúng ta không nên thôi cầu nguyện. Khi thử thách và hoạn nạn đến trên chúng ta, chúng ta phải cầu nguyện, khi chúng ta yên ổn, chúng ta phải cầu nguyện hầu cho chúng ta không sa vào cám dỗ (Lu-ca 22:40). Vì đã cầu nguyện không thôi, nên Đa-ni-ên đã có thể giữ được đức tin và vượt qua mọi thử thách.

Thứ ba, Đa-ni-ên có đức tin dâng lời tạ ơn trong mọi hoàn cảnh.

Nhiều tổ phụ đức tin được ghi lại trong Kinh thánh đã bởi đức tin mà dâng lời tạ ơn trong mọi sự vì họ biết rằng đức tin dâng lời tạ ơn trong mọi hoàn cảnh là đức tin thật. Khi Đa-ni-ên bị ném vào hang sư tử vì cớ người đã làm theo luật pháp của Đức Chúa Trời, điều ấy đã trở thành một chiến thắng của đức tin. Cho dù người có bị sư tử ăn thịt, thì hẳn người cũng được ở trong vòng tay yêu dấu của Đức Chúa Trời và được ở trong vương quốc đời đời của Ngài. Bất chất hậu quả phải ra sao, quyết chẳng có điều sợ hãi đối với người! Nếu một người hoàn toàn tin ở thiên đàng, người ấy quyết không thể sợ chết.

Cho dù Đa-ni-ên có được sống yên ổn như một quan trưởng đứng sau vua trên cả nước, ấy chỉ là một sự vinh dự tạm thời. Nhưng nếu người phải giữ đức tin mình mà chịu tuẫn đạo, người sẽ được Đức Chúa Trời công nhận, và được xem trọng trong nước thiên đàng và sống trong sự vinh hiển chiếu sáng đời đời. Ấy là tại sao người chỉ việc dâng lời tạ ơn.

Thứ tư, Đa-ni-ên chẳng hề phạm tội. Người có đức tin làm theo lời Đức Chúa Trời.

Nói đến công việc triều chính, người ta chẳng tìm thấy chứng cớ nào để buộc tội chống lại Đa-ni-ên. Chẳng có dấu vết của sự hư đốn, điều sơ suất hay sự gian dối nào ở người. Đời sống người thật thanh sạch biết dường bao!

Đa-ni-ên chẳng hề hối tiếc và cũng không có ác ý nào chống lại vua là người đã truyền lệnh ném mình vào hang sư tử. Song, người vẫn trung thành với vua đến mức đáp cùng vua rằng, "Hỡi vua, chúc vua sống đời đời!" Nếu đây là thử thách xảy đến cho người vì cớ người phạm tội, Đức Chúa Trời ắt hẳn đã chẳng che chở người. Nhưng vì Đa-ni-ên chẳng hề phạm tội, nên người đã được Đức Chúa Trời che chở.

**Thứ năm, Đa-ni-ên có đức tin chỉ hoàn toàn trông cậy Đức Chúa Trời.**

Nếu chúng ta kính sợ Đức Chúa Trời, hoàn toàn trông cậy Ngài và trao hết mọi công việc của chúng ta vào tay Ngài, thì Ngài sẽ giải quyết mọi thứ nan đề cho chúng ta. Đa-ni-ên trọn lòng tin nơi Đức Chúa Trời và hoàn toàn trông cậy Ngài. Nên người đã không thỏa hiệp với thế gian, song chọn làm theo luật pháp của Đức Chúa Trời và kêu cầu sự giúp đỡ của Ngài. Đức Chúa Trời chứng giám đức tin của Đa-ni-ên nên, Ngài đã khiến mọi sự hiệp lại làm ích lợi cho người. Phước hạnh nầy được thêm vào phước hạnh khác để vinh hiển lớn được dâng lên cho Đức Chúa Trời.

Nếu chúng ta có đức tin như đức tin của Đa-ni-ên, bất kỳ khó khăn thử thách nào chúng ta gặp phải, chúng ta đều có thể vượt qua, và khiến chúng trở nên những cơ hội phước hạnh để làm chứng về Đức Chúa Trời hằng sống. Kẻ thù ma quỉ luôn rình mò chung quanh để tìm kiếm những ai chúng có thể nuốt được. Vì thế, chúng ta phải bởi đức tin mạnh mẽ mà chống lại chúng để được ở trong sự che chở của Đức Chúa Trời bằng cách luôn sống theo lời Ngài.

Qua những thử thách chỉ đến trên chúng ta trong một lúc, Đức Chúa Trời sẽ làm cho chúng ta trọn vẹn, vững vàng, và thêm sức cho (1 Phi-e-rơ 5:10). Nguyện anh chị em có được đức tin như đức tin của Đa-ni-ên, luôn đồng đi với Đức Chúa Trời, và tôn vinh Ngài. Trong danh Chúa Giê-su Christ, tôi dâng lời cầu nguyện!

Chương 7

# Đức Chúa Trời Sắm Sẵn

Thiên-sứ của Đức Giê-hô-va
từ trên trời kêu xuống mà rằng:
Hỡi Áp-ra-ham, Áp-ra-ham! Người thưa rằng: Có tôi đây.
Thiên-sứ phán rằng: Đừng tra tay vào mình con trẻ
và chớ làm chi hại đến nó;
vì bây giờ ta biết rằng ngươi thật kính-sợ Đức Chúa Trời,
bởi cớ không tiếc với ta con ngươi, tức con một ngươi.
Áp-ra-ham nhướng mắt lên,
xem thấy sau lưng một con chiên đực, sừng mắc trong bụi cây,
bèn bắt con chiên đực đó dâng làm
của lễ thiêu thay cho con mình.
Áp-ra-ham gọi chỗ đó là Giê-hô-va Di-rê Bởi cớ ấy,
ngày nay có tục ngữ rằng:
"Trên núi của Đức Giê-hô-va sẽ có sắm sẵn."

Sáng Thế Ký 22:11-14

Giê-hô-va Di-rê! Chỉ nghe thôi đã thấy lý thú và vui thích biết dường nào! Ấy là trong sự tiên liệu của Ngài, Đức Chúa Trời đã sắm sẵn mọi thứ. Ngày nay nhiều người tin Đức Chúa Trời, họ nghe và biết rằng Đức Chúa Trời hành động cho, sắm sẵn và dẫn dắt họ trong sự tiên liệu của Ngài. Song hầu hết họ không kinh nghiệm được lời nầy của Đức Chúa Trời trong đời sống đức tin mình.

"Giê-hô-va Di-rê" là lời phước hạnh, công chính và hi vọng. Ai cũng khao khát và ao ước được những điều nầy. Nếu chúng ta không nhận biết con đường mà lời nầy nói đến, chúng ta không thể bước vào được con đường phước hạnh đó. Vì vậy, tôi mong muốn được chia sẻ cùng anh chị em về đức tin của Áp-ra-ham để làm gương về một con người đã nhận được phước hạnh của "Giê-hô-va Di-rê."

## 1. Áp-ra-ham Đặt Lời Chúa Lên trên Hết Mọi Sự

Chúa Giê-su phán trong Mác 12:30, *"Ngươi phải hết lòng, hết linh hồn, hết trí khôn, hết sức mà kính mến Chúa là Đức Chúa Trời ngươi."* Như đã nói trong Sáng Thế Ký 22:11-14, Áp-ra-ham yêu mến Đức Chúa Trời đến mức đã có thể trò chuyện với Ngài mặt đối mặt, nhận biết ý muốn của Đức Chúa Trời, và lãnh được phước của Giê-hô-va Di-rê. Chúng ta nên biết rằng đối với việc nhận lãnh hết thảy phước hạnh này của người chẳng phải là sự ngẫu nhiên.

Áp-ra-ham đặt Đức Chúa Trời lên trên hết, và quí trọng lời Ngài hơn hết mọi sự. Vậy nên người chẳng hề làm theo ý riêng của mình và luôn sẵn sàng vâng phục Đức Chúa Trời. Vì người luôn thành thật với Đức Chúa Trời và với chính mình chẳng hề có sự giả dối, người đã được chuẩn bị tự sâu thẳm lòng mình để nhận lãnh những phước hạnh đó.

Đức Chúa Trời phán cùng Áp-ra-ham trong Sáng Thế Ký 12:1-3, *"Ngươi hãy ra khỏi quê hương, vòng bà con và nhà cha ngươi, mà đi đến xứ ta sẽ chỉ cho. Ta sẽ làm cho ngươi nên một dân lớn; ta sẽ ban phước cho ngươi, cùng làm nổi danh ngươi, và ngươi sẽ thành một nguồn phước. Ta sẽ ban phước cho người nào chúc phước ngươi, rủa sả kẻ nào rủa sả ngươi; và các chi tộc nơi thế gian sẽ nhờ ngươi mà được phước."*

Trong hoàn cảnh nầy, nếu Áp-ra-ham đã sử dụng ý tưởng của con người, hẳn người đã cảm thấy ít nhiều rắc rối khi nghe Đức Chúa Trời phán truyền cho người hãy ra khỏi quê hương, vòng bà con và nhà cha mình. Nhưng người đã đặt Đức Chúa Trời là Cha, là Đấng Tạo Hóa lên trên hết. Làm như vậy người đã có thể vâng phục và làm theo ý muốn của Đức Chúa Trời. Tương tự như vậy, bấy kỳ ai cũng có thể vâng phục với sự vui mừng nếu người ấy thật sự yêu mến Đức Chúa Trời. Ấy là vì người tin rằng Đức Chúa Trời khiến mọi sự xảy ra vì sự ích lợi cho người.

Rất nhiều chỗ trong Kinh thánh cho chúng ta thấy rằng những tổ phụ đức tin là những người đặt lời Đức Chúa Trời lên trên hết mọi sự và sống theo lời Ngài. 1 Các vua 19:20-21 nói rằng, *"Ê-li-sê bèn bỏ bò mình, chạy theo Ê-li mà nói rằng:*

*Xin cho phép tôi hôn cha và mẹ tôi đã, đoạn tôi sẽ theo ông. Ê-li đáp: Hãy đi và trở lại; vì ta nào có làm gì cho ngươi đâu. Ê-li-sê bèn lìa khỏi Ê-li trở về, bắt một đôi bò giết đi, và lấy cày làm củi mà nấu thịt nó, rồi cho các tôi-tớ mình ăn. Đoạn, người đứng dậy, đi theo Ê-li, và hầu-việc người."* Khi Đức Chúa Trời gọi Ê-li-sê qua Ê-li, người liền lìa bỏ mọi thứ mình có để làm theo ý muốn của Đức Chúa Trời.

Cũng giống như vậy đối với những môn đệ của Chúa Giê-su. Khi Chúa Giê-su kêu gọi họ, họ liền đi theo Ngài. Ma-thi-ơ 4:18-22 cho chúng ta biết rằng, *"Khi Ngài đang đi dọc theo mé biển Ga-li-lê, thấy hai anh em kia, là Si-môn, cũng gọi là Phi-e-rơ, với em là Anh-rê, đương thả lưới dưới biển, vì hai anh em vốn là người đánh cá. Ngài phán cùng hai người rằng: Các ngươi hãy theo ta, ta sẽ cho các ngươi nên tay đánh lưới người. Hai anh em liền bỏ lưới mà theo Ngài. Từ đó đi một đỗi xa xa nữa, Ngài thấy hai anh em khác, là Gia-cơ, con của Xê-bê-đê, với em là Giăng, đang cùng cha mình là Xê-bê-đê vá lưới trong thuyền; Ngài bèn gọi hai người. Tức thì hai người đó bỏ thuyền và cha mình mà theo Ngài."*

Ấy là tại sao tôi thiết tha khuyên giục anh chị em hãy mặc lấy cho mình một đức tin để nhờ đó chúng ta có thể làm theo ý muốn của Đức Chúa Trời, bất cứ ấy điều gì, và xem lời Chúa là trọng hơn hết hầu cho Đức Chúa Trời có thể lấy mọi sự làm ích lợi cho chúng ta bởi quyền phép Ngài.

## 2. Áp-ra-ham Luôn Đáp, "Vâng!"

Theo lời kêu gọi Đức Chúa Trời, Áp-ra-ham ra khỏi Cha-ran, quê hương mình, để đi đến xứ Ca-na-an. Bấy giờ, trong xứ bị cơn đói kém; sự đói kém ấy lớn, nên Áp-ram xuống xứ Ê-díp-tô mà kiều ngụ (Sáng Thế Ký 12:10). Khi đến đó rồi, người gọi vợ mình là 'em gái' để bảo toàn mạng sống mình. Nói đến sự kiện nầy, ông đã lừa gạt những người chung quanh mà nói cùng họ rằng nàng là em gái mình vì cớ sự sợ hãi và hèn nhát của ông ta. Song thực tế ông chẳng hề dối gạt họ mà chỉ dùng ý tưởng của con người. Thực tế đã chứng minh rằng, khi người được gọi ra khỏi quê hương mình, người đã vâng theo mà chẳng hề sợ hãi. Vậy nên việc ông ta nói dối với họ mà rằng nàng là em gái mình chẳng phải vì ông ta là một kẻ hèn nhát. Ông đã làm như vậy không những vì thực ra nàng là một trong những người họ hàng của mình, mà còn vì ông nghĩ rằng việc gọi nàng là 'em gái' thì tốt hơn là 'vợ.'

Trong khi đương ở xứ Ê-díp-tô, Áp-ra-ham đã được Đức Chúa Trời tôi luyện hầu cho người có thể hoàn toàn trông cậy Đức Chúa Trời bởi đức tin trọn vẹn chẳng hề làm theo sự khôn ngoan và ý tưởng của con người. Người luôn luôn sẵn sàng vâng phục, song ở trong người vẫn còn có ý tưởng xác thịt chưa vứt bỏ được. Qua thử thách mà Đức Chúa Trời đã cho phép nầy để Pha-ra-ôn của xứ Ê-díp-tô trọng đãi người. Đức Chúa Trời ban cho Áp-ra-ham nhiều ơn phước kể cả chiên, bò và lừa cùng những đầy tớ nam, nữ cũng như lừa cái và lạc đà cái.

Điều nầy cho chúng ta biết rằng nếu thử thách đến trên

chúng ta vì cớ sự bất tuân của mình, thì chúng ta phải chịu khốn cực với những khó khăn, trong khi đó nếu thử thách đến trên chúng ta vì cớ những ý tưởng xác thịt trong chúng ta chưa được vứt bỏ, mặc dù chúng ta vâng phục, Đức Chúa Trời sẽ khiến mọi sự hiệp lại vì ích lợi cho chúng ta.

Thử thách nầy khiến cho người có thể chỉ nói "Amen" và vâng phục trong mọi sự, và về sau Đức Chúa Trời đã truyền cho người dâng con một của mình là Y-sác để làm của lễ thiêu. Sáng Thế Ký 22:1 có chép rằng, *"Khi mọi việc kia đã xong, thì Đức Chúa Trời thử Áp-ra-ham; Ngài phán rằng: Hỡi Áp-ra-ham! Người thưa rằng: Có tôi đây."*

Khi Y-sác được sinh ra, Áp-ra-ham được một trăm tuổi, còn Sa-ra vợ người được chín mươi tuổi. Đối với những người làm cha mẹ thì việc có một đứa con vào lứa tuổi ấy là điều hoàn toàn không thể, song chỉ bởi ân sủng và lời hứa của Đức Chúa Trời, một đứa con trai được sanh ra cho họ và nó được xem là có giá trị hơn bất kỳ những thứ khác. Ngoài ra, đứa con ấy còn là dòng dõi mà Đức Chúa Trời đã hứa. Bởi vậy người rất kinh ngạc khi Đức Chúa Trời truyền cho người phải hiến tế con trai mình làm của lễ thiêu như một con vật! Điều nầy vượt quá mọi sự tưởng tượng của con người.

Vì Áp-ra-ham tin rằng Đức Chúa Trời có thể khiến cho con mình sống lại từ kẻ chết, vì thế người đã có thể làm theo mạng lệnh của Đức Chúa Trời (Hê-bơ-rơ 11:17-19). Theo phương diện khác, vì hết thảy những ý tưởng xác thịt của Áp-ra-ham đã bị phá đổ, người đã có được đức tin khiến có thể hiến tế con một của mình là Y-sác làm của lễ thiêu.

Đức Chúa Trời chứng giám đức tin nầy của Áp-ra-ham và sắm sẵn một con chiên đực để làm của lễ thiêu, hầu cho Áp-ra-ham không phải tra tay trên con mình. Áp-ra-ham nhìn thấy một con chiên đực bị mắc sừng trong bụi cây, người đã bắt lấy để làm của lễ thiêu thay cho con trai mình. Và Áp-ra-ham gọi chỗ đó là 'Giê-hô-va Di-rê.'

Đức Chúa Trời đã khen ngợi Áp-ra-ham về đức tin của người, như đã phán trong Sáng Thế Ký 22:12, *"Bây giờ ta biết rằng ngươi thật kính-sợ Đức Chúa Trời, bởi cớ không tiếc với ta con ngươi, tức con một ngươi,"* và ban cho người lời hứa phước hạnh đáng kinh ngạc trong câu 17-18, *"Ta sẽ ban phước cho ngươi, thêm dòng dõi ngươi nhiều như sao trên trời, đông như cát bờ biển, và dòng dõi đó sẽ chiếm được cửa thành quân nghịch. Bởi vì ngươi đã vâng theo lời dặn ta, nên các dân thế gian đều sẽ nhờ dòng dõi ngươi mà được phước."*

Cho dù đức tin của chúng ta chưa đạt đến tầm thước đức tin của Áp-ra-ham, song đôi khi chúng ta cũng kinh nghiệm được phước hạnh của 'Giê-hô-va Di-rê.' Khi chúng ta sắp sửa làm điều gì, thì chúng ta nhận thấy rằng Đức Chúa Trời đã sắm sẵn cho sự ấy rồi. Sự ấy là có thể vì lúc ấy lòng chúng ta tìm kiếm Đức Chúa Trời. Nếu chúng ta có được đức tin như Áp-ra-ham đã có và hoàn toàn vâng phục Đức Chúa Trời, chúng ta sẽ được sống trong phước hạnh 'Giê-hô-va Di-rê' mọi lúc và mọi nơi; thật đáng kinh ngạc biết bao là một đời sống trong Đấng

Christ!

Để chúng ta nhận lãnh phước hạnh Giê-hô-va Di-rê, 'Đức Chúa Trời Sẽ Chu Cấp,' chúng ta phải nói "Amen" với bấy kỳ mạng lệnh nào của Đức Chúa Trời, và chỉ sống theo ý muốn của Đức Chúa Trời mà chẳng hề khăng khăng với ý tưởng riêng của mình. Chúng ta phải được Ngài chứng giám về điều ấy. Bởi vậy Đức Chúa Trời phán cách tỏ tường cùng chúng ta rằng sự vâng lời tốt hơn của lễ (1 Sa-mu-ên 15:23).

Chúa Giê-su vốn có hình Đức Chúa Trời, song chẳng coi sự bình đẳng mình với Đức Chúa Trời là sự nên nắm giữ; chính Ngài đã tự bỏ mình đi, lấy hình tôi tớ và trở nên giống như loài người; Ngài đã hiện ra như một người, tự hạ mình xuống, vâng phục cho đến chết (Phi-líp 2:6-8). Nói đến sự vâng phục trọn vẹn của Ngài, 2 Cô-rinh-tô 1:19-20 có chép rằng, *"Con Đức Chúa Trời, là Đức Chúa Jêsus Christ, mà chúng tôi, tức là tôi với Sin-vanh và Ti-mô-thê, đã giảng ra trong anh em, chẳng phải là vừa phải vừa chăng đâu; nhưng trong Ngài chỉ có phải mà thôi. Vì chưng cũng như các lời hứa của Đức Chúa Trời đều là phải trong Ngài cả, ấy cũng bởi Ngài mà chúng tôi nói "A-men," làm sáng danh Đức Chúa Trời."*

Như con một của Đức Chúa Trời chỉ nói "Vâng," chúng ta phải nói "Amen" một cách không nghi ngờ với bất kỳ lời nào của Đức Chúa Trời và làm sáng danh Ngài bởi việc nhận lấy phước hạnh 'Đức Chúa Trời Sẽ Chu Cấp.'

## 3. Áp-ra-ham Theo Đuổi Sự Hòa Hiếu và Thánh Khiết trong Mọi Sự

Vì người đã xem lời Đức Chúa Trời là trên hết mọi sự, và yêu mến Ngài hơn bất kỳ sự gì khác, nên Áp-ra-han chỉ nói "A-men" với lời Đức Chúa Trời và hoàn toàn vâng phục lời ấy, nhờ đó người đã có thể sống đẹp ý Ngài.

Ngoài ra, người đã được nên thánh trọn vẹn và luôn tìm kiếm sự hòa hiếu với mọi người chung quanh, nhờ đó người đã được Đức Chúa Trời công nhận.

Trong Sáng Thế Ký 13:8-9, người đã nói cùng Lót, cháu trai mình rằng, *"Chúng ta là cốt nhục, xin ngươi cùng ta chẳng nên cãi lẫy nhau và bọn chăn chiên ta cùng bọn chăn chiên ngươi cũng đừng tranh giành nhau nữa. Toàn xứ há chẳng ở trước mặt ngươi sao? Vậy, hãy lìa khỏi ta; nếu ngươi lấy bên tả, ta sẽ qua bên hữu; nếu ngươi lấy bên hữu, ta sẽ qua bên tả."*

Ông là người nhiều tuổi hơn Lót, song ông đã trao quyền lựa chọn đất cho Lót để làm nên sự hòa hiếu để chính mình được nên thánh. Ấy là vì người chẳng tìm kiếm lợi ích cho riêng mình mà là cho người khác trong tình yêu cao cả của người. Cũng giống như vậy, nếu chúng ta sống trong lẽ thật, chúng ta chẳng cãi lẫy hay khoe mình để được ở trong sự hòa hiếu với mọi người.

Trong Sáng Thế Ký 14:12, 16 chúng ta thấy khi Áp-ra-ham

nghe tin cháu trai mình là Lót đã bị bắt làm phu tù, người bèn chiêu tập ba trăm mười tám gia nhân đã tập luyện, sanh đẻ nơi nhà mình, mà đuổi theo. Người thâu về đủ hết các tài vật mà quân giặc đã cướp lấy; lại cũng dẫn cháu mình, là Lót cùng gia tài người, đàn bà và dân chúng trở về. Vì cớ sự ngay thẳng trọn vẹn và sự chánh trực của mình, người đã lấy một phần mười về cả chiến lợi phẩm thu được mà dâng cho Mên-chi-xê-đéc, vua Sa-lem, phần còn lại người giao hết cho vua Sô-đôm mà nói rằng *"Hễ của chi thuộc về vua, dầu đến một sợi chỉ, hay là một sợi dây giày đi nữa, tôi cũng chẳng hề lấy; e vua nói được rằng: Nhờ ta làm cho Áp-ram giàu có"* (c. 23). Như thế, Áp-ra-ham không những tìm kiếm sự hòa hiếu trong mọi việc mà còn sống cách chính trực và không chỗ chê trách.

Hê-bơ-rơ 12:14 chép rằng, *"Hãy cầu sự bình an với mọi người, cùng tìm theo sự nên thánh, vì nếu không nên thánh thì chẳng ai được thấy Đức Chúa Trời."* Anh chị em hãy nhận biết rằng Áp-ra-ham đã có thể nhận lãnh được ơn phước Giê-hô-va Di-rê, 'Đức Chúa Trời Sẽ Chu Cấp,' vì có người đã tìm cầu sự hòa hiếu với mọi người và nên thánh trọn vẹn. Tôi cũng giục lòng anh chị em hãy trở nên giống như Áp-ra-ham.

## 4. Tin Quyền Phép Đức Chúa Trời là Đấng Tạo Hóa

Để nhận lãnh ơn phước 'Đức Chúa Trời Sẽ Chu Cấp' chúng

ta phải tin vào quyền phép của Ngài. Hê-bơ-rơ 11:17-19 dạy rằng, *"Bởi đức tin, Áp-ra-ham dâng Y-sác trong khi bị thử thách: người là kẻ đã nhận lãnh lời hứa, dâng con một mình, là về con đó mà Đức Chúa Trời có phán rằng: Ấy bởi trong Y-sác mà ngươi sẽ có một dòng dõi lấy tên ngươi mà kêu. Người tự nghĩ rằng Đức Chúa Trời cũng có quyền khiến kẻ chết sống lại; cũng giống như từ trong kẻ chết mà người lại được con mình."* Áp-ra-ham tin quyền phép Đức Chúa Trời là Đấng Tạo Hóa sẽ có quyền khiến cho mọi việc đều trở nên có thể, nên người đã vâng phục Đức Chúa Trời mà chẳng hề làm theo một ý tưởng xác thịt nào của loài người.

Chúng ta sẽ làm gì nếu Đức Chúa Trời truyền cho chúng ta phải dâng con một của mình để làm của lễ thiêu? Nếu chúng ta tin vào quyền phép của Đức Chúa Trời là Đấng mà đối với Ngài không có điều gì là không thể, bất kể sự việc khó chịu đến mức nào, chúng ta cũng sẽ có thể vâng theo. Bấy giờ chúng ta sẽ nhận được ơn phước 'Đức Chúa Trời Sẽ Chu Cấp.'

Vì quyền phép của Đức Chúa Trời là vô hạn, Ngài lo liệu trước, làm trọn và báo đáp cho chúng ta với những phước hạnh nếu chúng ta vâng phục cách hoàn toàn giống như Áp-ra-ham đã vâng phục, chẳng hề có bất kỳ một ý tưởng xác thịt nào. Nếu còn có điều gì đó mà chúng ta yêu mến hơn Đức Chúa Trời, hay chỉ nói "A-men đối với những gì hợp với ý tưởng và lý luận của mình, chúng ta chẳng bao giờ có thể nhận lãnh được phước hạnh 'Đức Chúa Trời Sẽ Chu Cấp.'

Như có nói trong 2 Cô-rinh-tô 10:5, *"Chúng tôi đánh đổ các lý luận, mọi sự tự cao nổi lên nghịch cùng sự hiểu biết Đức Chúa Trời, và bắt hết các ý tưởng làm tôi vâng phục Đấng Christ,"* để kinh nghiệm được phước hạnh 'Đức Chúa Trời Sẽ Chu Cấp,' chúng ta phải quăng xa mọi ý tưởng của con người để có được đức tin thuộc linh và nhờ đó chúng ta có thể nói "A-men." Nếu Môi-se không có đức tin thuộc linh, làm thế nào người có thể khiến biển đỏ phân đôi? Nếu không có đức tin thuộc linh, làm sao Giô-suê đã có thể phá đổ được thành Giê-ri-cô?

Nếu chúng ta chỉ làm theo với những gì hợp với ý tưởng và sự hiểu biết của mình, thì ấy không thể được gọi là sự vâng phục mang tính thuộc linh. Đức Chúa Trời tạo dựng nên sự vật từ hư không, vậy làm thế nào có thể nói rằng quyền phép của Ngài cũng giống như sức mạnh và kiến thức của loài người là kẻ làm nên sự vật từ những thứ có sẵn?

Ma-thi-ơ 5:39-44 có chép như sau, *"Song ta bảo các ngươi, đừng chống cự kẻ dữ. Trái lại, nếu ai vả má bên hữu ngươi, hãy đưa má bên kia cho họ luôn; nếu ai muốn kiện ngươi đặng lột cái áo vắn, hãy để họ lấy luôn cái áo dài nữa; nếu ai muốn bắt ngươi đi một dặm đường, hãy đi hai dặm với họ. Ai xin của ngươi, hãy cho, ai muốn mượn của ngươi, thì đừng trớ. Các ngươi có nghe lời phán rằng: Hãy yêu người lân cận, và hãy ghét kẻ thù nghịch mình. Song ta nói cùng các ngươi rằng: Hãy yêu kẻ thù nghịch, và cầu nguyện cho kẻ bắt bớ các ngươi."*

Sự khác nhau giữa lẽ thật của lời Đức Chúa Trời với ý tưởng và sự hiểu biết của chúng ta là như thế nào? Bởi vậy, anh chị em ghi nhớ rằng nếu chúng ta chỉ nói "A-men" với những gì hợp với ý tưởng của mình chúng ta không thể hoàn thành được nước Đức Chúa Trời để nhận lãnh phước hạnh Giê-hô-va Di-rê, 'Đức Chúa Trời Sẽ Chu Cấp.'

Dẫu cho chúng ta tự xưng nhận đức tin nơi Đức Chúa Trời toàn năng, chúng ta có thấy khó ở, bồn chồn, và lo lắng khi đối mặt với bất kỳ nan đề nào hay không? Như thế, đức tin ấy không thể được xem là đức tin thật. Chúng ta phải tin cậy quyền phép của Đức Chúa Trời và dâng trình mọi nan đề vào tay Ngài với sự vui mừng và tạ ơn.

Nguyện mỗi một chúng ta xem Đức Chúa Trời là trọng hơn hết, để trở nên vâng phục mà chỉ nói "A-men" với mọi lời của Đức Chúa Trời, tìm kiếm sự hòa hiếu với mọi người trong sự thánh khiết, và tin vào quyền phép của Chúa là Đấng có thể khiến kẻ chết sống lại để chúng ta có thể vui hưởng được phước hạnh 'Đức Chúa Trời Sẽ Chu Cấp,' trong danh Chúa Giê-su Christ, tôi dâng lời cầu nguyện!

## Tác Giả:
## Dr. Jaerock Lee

Tiến Sĩ Jaerock Lee sinh trưởng tại Muan, tỉnh phận Jeonnam, Cộng Hòa Nhân Dân Triều Tiên, năm 1943. Những năm tháng của tuổi hai mươi, Mục sư Lee đã phải trải qua rất nhiều căn bệnh nan y, trong bảy năm trường đầy tuyệt vọng, vô phương cứu chữa, ông chỉ còn biết chờ chết. Một ngày kia, vào mùa xuân 1974, được chị gái đưa đến nhà thờ, khi quỳ xuống cầu nguyện, Đức Chúa Trời hằng sống đã chữa lành mọi bệnh tật ông ngay tức khắc.

Qua kinh nghiệm kỳ diệu đó, Mục sư Lee đã gặp được Đức Chúa Trời hằng sống, ông đã dâng trọn tấm lòng thành kính lên Ngài, năm 1978, ông được kêu gọi bước vào con đường hầu việc Đức Chúa Trời. Ông hết lòng cầu nguyện để hiểu rõ ý muốn Ngài và hoàn thành sứ mạng một cách tốt nhất, ông vâng phục tất cả các mạng lệnh. Năm 1982, ông sáng lập Hội Thánh Manmin Joong-ang tại Seoul, Hàn Quốc, tại đây nhiều công việc của Chúa kể cả những phép lạ chữa lành, những dấu lạ đã và đang xảy ra đến mức không kể xiết.

Năm 1986, Mục sư Lee được thụ phong tại Hội Thánh Annual Assembly Jesus Sungkyul Hàn Quốc, bốn năm sau, 1990, những bài giảng luận của ông bắt đầu được phát sóng bởi Tập Đoàn Phát Thanh Viễn Đông, Đài Phát Thanh Á Châu, và Hệ thống Truyền thanh Cơ Đốc Nhân Washington, Úc, Nga, Philipines, và nhiều quốc gia khác.

Ba năm sau, 1993, Hội Thánh Manmin Joong-ang được tạp chí *Cơ Đốc Nhân Thế Giới* (US) tuyển chọn, xếp vào "50 Hội Thánh Hàng Đầu Thế Giới" và ông nhận học vị Tiến Sĩ Danh Dự Thần Học của Trường Đại Học Niềm Tin Cơ Đốc Nhân, Florida, USA, năm 1996, nhận học vị Tiến sĩ Mục Vụ tại Trường Thần Học Kingsway, Iowa, USA.

Kể từ năm 1993, Mục sư Lee đã bước vào sứ mạng truyền giáo Toàn cầu qua nhiều chiến dịch hải ngoại tại Hoa Kỳ, Tanzania, Argentina, L.A., Baltimore City, Hawaii, and New York City of the USA Uganda, Japan, Pakistan, Kenya, Philipines, Honduras, India, Russia, Germany, Peru, Cộng Hòa Dân Nhân Dân Công Gô, và Y-sơ-ra-ên và Estonia.

Năm 2002, ông được tờ báo chuyên đề Cơ Đốc Nhân Hàn Quốc gọi là "Nhà phục hưng toàn cầu" vì chức vụ đầy quyền năng của ông trong nhiều chiến dịch hải ngoại. Đặc biệt, 'Chiến Dịch New York 2006' của ông được tổ chức tại Madison Square Garden, đấu trường nổi tiếng nhất thế giới, đã được phát sóng đến 220 quốc gia, và trong 'Chiến Dịch Liên Hiệp Y-sơ-ra-ên 2009' của ông được tổ chức tại Trung Tâm Hội Nghị Quốc Tế tại Giê-ru-sa-lem, ông đã dạn dĩ công bố Đức Chúa Giê-su Christ là Đấng Mê-si-a và là Đấng Cứu Thế. Bài giảng của ông được phát đến 176 quốc gia qua vệ tinh kể cả GCN TV và ông đã được liệt vào một trong mười lãnh đạo Cơ Đốc có ảnh hưởng nhất của năm 2009 và 2010 bởi một tạp chí Cơ Đốc nổi tiếng của Nga và một cơ quan *Báo Điện Tử Cơ Đốc* vì chức vụ đầy quyền năng của ông được phát sóng qua vô tuyến truyền hình và mục vụ đối với hội thánh hải ngoại của ông.

Trong tháng 6 năm 2017, Hội Thánh Trung Tâm Manmin có đến hơn 120.000 thành viên. Có 11.000 hội thánh thành viên trên toàn cầu kể cả 56 hội thánh thành viên trong nước, cho đến nay có hơn 102 giáo sĩ đã làm công tác truyền giáo đến 23 quốc gia, bao gồm Hoa Kỳ, Nga, Đức, Ca-na-da, Nhật, Trung Quốc, Pháp, Ấn Độ, Kenya, và nhiều quốc gia khác.

Cho đến ngày xuất bản sách này, Tiến Sĩ Lee đã viết được 108 cuốn sách, trong đó có những cuốn rất được ưa chuộng như, *Ném Trải Cuộc Sống Đời Đời Trước Khi Chết, Đời Tôi và Niềm Tin I & II, Sứ Điệp Thập Tự Giá, Tầm Thước Đức Tin, Thiên Đàng I & II, Địa Ngục,* và *Quyền Năng Đức Chúa Trời*. Những tác phẩm của ông đã được phiên dịch trên 76 ngôn ngữ khác nhau.

Các mục báo Cơ Đốc của ông xuất hiện trên *The Hankook Ilbo, The JoongAng Daily, The Dong-A Ilbo, The Seoul Shinmun, The Kyunghyang Shinmun, The Hankyoreh Shinmun, The Korea Economic Daily, The Shisa News,* và *The Christian Press.*

Tiến Sĩ Lee hiện nay là lãnh đạo của nhiều tổ chức truyền giáo và hiệp hội, bao gồm: Chủ Tọa Liên Hiệp Hội Thánh Phúc Âm Đấng Christ; Nhà Sáng Lập & Ban Chủ Tọa Mạng Lưới Cơ Đốc Nhân Toàn Cầu (GCN), Mạng Lưới Bác Sĩ Cơ Đốc Nhân Toàn Cầu (WCDN), và Trường Thần Học Quốc Tế Manmin (MIS).

Những sách khác đầy quyền năng cùng tác giả

### Thiên Đàng I & II

Một bản phát thảo chi tiết về một môi trường sống huy hoàng tráng lệ mà những công dân thiên đàng sẽ vui sống và một sự mô tả tuyệt vời về những cấp độ khác nhau của các vương quốc thiên đàng.

### Sứ Điệp Thập Tự Giá

Một sứ điệp thức tỉnh đầy quyền năng dành cho những ai đang trong tình trạng ngủ mê thuộc linh! Qua sách này chúng ta sẽ nhận biết được lý do tại sao Giê-su là Cứu Chúa duy nhất và tình yêu chân thật của Đức Chúa Trời.

### Địa Ngục

Một sứ sứ điệp tha thiết nhất gởi đến toàn nhân loại từ Đức Chúa Trời, Đấng không muốn một linh hồn nào vực sâu địa ngục! chúng ta sẽ khám phá một điều chưa từng được biết về thực tế thảm khốc của Hạ Tầng Âm Phủ và địa ngục.

### Linh, Hồn, và Thân Thể

Sách kim chỉ nam đem lại cho chúng ta sự hiểu biết thuộc linh về linh, hồn, và thân thể, đồng thời giúp chúng ta nhận biết được 'bản ngã' mình hầu cho chúng ta có được quyền năng đánh bại thế lực tối tăm và trở nên con người thuộc linh.

### *Tầm Thước Đức Tin*

Nơi ở và vương miện nào trên thiên đàng đang chờ chúng ta? Sách nầy cung cấp cho chúng ta sự khôn ngoan và hướng dẫn chúng ta phương cách để có thể biết được lượng đức tin của mình và trưởng dưỡng lượng đức tin ấy một cách tốt nhất và trưởng thành nhất.

### *Thức Tỉnh Y-sơ-ra-ên*

Tại sao Đức Chúa Trời luôn đoái xem đến Y-sơ-ra-ên từ buổi sáng thế cho đến ngày nay? Ơn phước nào đã được sắm sẵn cho Y-sơ-ra-ên, kẻ đang chờ đợi Đấng Mê-si-a, trong những ngày sau cuối?

### *Đời Tôi và Niềm Tin I & II*

Một mùi hương thiêng liêng tuyệt vời nhất qua đời sống của Dr. Jaerock Lee được chiết xuất từ tình yêu của Đức Chúa Trời được trổ hoa trong giữa đợt sóng đen tối, ách lạnh lùng và những thất vọng khó lường nhất.

### *Quyền Năng Đức Chúa Trời*

Một cuốn sách nhất thiết phải đọc, nó như một sự hướng dẫn cần thiết để qua đó người ta có thể có được đức tin thật và kinh nghiệm về quyền năng kỳ diệu của Đức Chúa Trời.

www.urimbooks.com

www.ingramcontent.com/pod-product-compliance
Lightning Source LLC
LaVergne TN
LVHW041613070526
838199LV00052B/3125